VIETNAMESE HOLDINGS

in the Library of Congress. Supplement, 1979–1985.

A Bibliography.

Compiled by A. Kohar Rony
Southern Asia Section, Asian Division

LIBRARY OF CONGRESS   WASHINGTON   1987

Library of Congress Cataloging-in-Publication Data

Library of Congress.
  Vietnamese holdings in the Library of Congress.
Supplement, 1979–1985.

  "A bibliography."
  Includes indexes.
  Supt. of Docs. no.: LC 1.12/2:V67/3/supp./979–85
  1. Vietnam—Bibliography—Catalogs. 2. Vietnamese
imprints—Catalogs. 3. Library of Congress—Catalogs.
I. Rony, A. Kohar, 1933–   . II. Library of Congress.
Asian Division. Southeast Asia Section. III. Title.
Z3228.V5L52 1982 Suppl.   016.9597   87-600171
[DS556.3]
ISBN 0-8444-0564-7

For sale by the Superintendent of Documents, U.S. Government Printing Office
Washington, D.C. 20402

Contents

Foreword

Although the war with Vietnam ended in 1975, more than a decade ago, scholarly and more general public interest in Vietnam has continued unabated. The circumstances surrounding the war, of course, are now as before the source of important scholarly debate, and the study of colonialism in many parts of the world has found in Vietnam a particularly complicated and significant example of how past policies are related to contemporary concerns. Then too, the presence of so many new American citizens with family origins in the Indochina peninsula has brought new readers and researchers, and with a wider variety of interests than ever before, to make use of the collections at the Library of Congress.

The Library has attempted to continue building its collections in this important area, including both retrospective materials and newer items published in the Socialist Republic of Vietnam. Because many of those interested in these collections may not be aware of the extensive holdings of the Library in the Vietnamese language, A. Kohar Rony, Area Specialist in the Asian Division, compiled in 1982 a bibliography of Vietnamese holdings in the Library. He has now supplemented that first volume with the present publication and so has brought up to date in a most useful fashion a record of the ever-expanding resources available here in the Library. The first bibliography was very well-received, and Mr. Rony and all of us in the Asian Division hope that this second volume can provide equally useful assistance to those wishing to do research on this important and complex country in any of its traditional, modern, or contemporary phases.

J. THOMAS RIMER
Chief, Asian Division
1983–1986

Preface

This volume is, in effect, a supplement to *Vietnamese Holdings in the Library of Congress*, published by the Library in 1982. Its publication is a response to the marked increase in the use of the Library's Vietnamese-language collection after the publication of the first bibliography of Vietnamese holdings, and to the increasing demand for information about more recent acquisitions. Cut off from access to resources in Vietnam itself, U.S. scholars of that area of the world must turn to libraries for their research sources. It is a testament to the continuing effectiveness of the Library's exchange program with libraries in Hanoi that so many of the materials needed for research are now available in Washington. Like the volume it supplements, this bibliography is intended to serve as a guide to the reader whose special interest is in using the Vietnamese-language collections in the custody of the Asian Division. It includes books, serials, and newspapers shelf-listed or in process, both in hard copy and in microform, excluding legal publications and pamphlets. All Vietnamese-language publications are included, whether issued in or outside of Vietnam.

Like the 1982 volume, this publication is divided into four parts: monographs, serials, newspapers, and an index to subjects, titles, and issuing bodies. Entries in each part are arranged alphabetically by author or main entry. The form of entry generally follows Library of Congress practice; variations are cross-referenced to the established form. The family name of a personal author appears first and the given name(s) follows with no intervening comma.

When the call number is not available (indicating works still in the cataloging process), the LC card number is given, if known, rather than the symbol "DLC," which was used in the earlier volume.

This work could not have been completed without the assistance of Nguyen H. Cuong, former Director of the National Library in Saigon. His unfailingly generous assistance in preparing records, especially for serial titles and holdings and in providing accurate diacritics constitutes an indispensable contribution.

To Louis A. Jacob, Head of the Southern Asia Section, Richard C. Howard, Assistant Chief of the Asian Division, and J. Thomas Rimer, former Chief of the Asian Division, I want to express my sincerest thanks for their encouragement and assistance in seeing this bibliographic project through to the press. My thanks also go to Iris Bodin Newsom and to Ruth Freitag for their time and editorial assistance on the project.

A. KOHAR RONY
Southeast Asia Area
Specialist

BIBLIOGRAPHY

MONOGRAPHS

A

1
An Cương. Tiếng trống Mê Linh; bìa và minh họa của Thẩm Đức Tụ. In lần thứ 2. Hà Nội, Kim Đồng, 1978.
> PZ90.V5A5 1978 Orien Viet
> 80-984061

94 p. illus.

2
An Quân. Theo bác đi chiến dịch: kỷ niệm của những người chiến sĩ cảnh vệ của bác. [s.l.] Văn Học Giải Phóng, 1976.
> MLCS83/8000 (P)
> 83-113774

223 p.

Ảnh, I-Si-Ca-Oa Bun-Dô;
see Ishikawa, Bun' yō

3
Anh Chi, Yên Đức, *and* Thạch Quỳ. Điệu hát nguồn sáng và đất: thơ. [s.l.] Tác Phẩm Mới, 1979.
> MLCS82/5952
> 82-179347

167 p.

4
Anh Đông *and others*. Trăng tháng chạp: tập truyện ngắn. [s.l.] Tác Phẩm Mới, 1979.
> MLCM82/952
> 82-164485

122 p.

5
Anh hùng lực lượng vũ trang nhân dân. v. [1]+ Hà Nội, Quân Đội Nhân Dân, 1978+
> U54.V53A56 Orien Viet
> 80-984099

6
Ánh lửa: tập truyện ký. Hà Nội, Phụ Nữ, 1978.
> PL4378.8.A5 Orien Viet
> 80-984062

83 p. illus.

7
Ánh lửa trong đôi mắt: tập truyện ngắn và ký [của] nhiều tác giả. [s.l.] Phụ Nữ, 1980
> MLCS83/2089 (P)
> 82-114893

173 p.

8
Anh Vũ. Thực tế không phô trương. [s.l.] Thanh Niên, [1977]
> HN59.A65 1977 Orien Viet
> 83-135031

147 p.

9
Avo óc Hồ: hồi ký. [s.l.] Văn Hóa Dân Tộc, [1977]
> DS560.72.H6A95 Orien Viet
> 79-984279

220 p.
Errata slip inserted.

B

10
Bá Dũng. Ngày mai đã đến: tập truyện ngắn. Hà Nội, Phụ Nữ, 1978.
> MLCS83/5342 (P)
> 83-113717

109 p.

11
Bá Dũng. Tiếng gọi: tập truyện ngắn. Hà Nội, Thanh Niên, 1971.
> PL4378.9.B2T5 1971 Orien Viet
> 83-185610

117 p.
Contents: Tiếng gọi—Vẻ đẹp—Người trở về—Trách nghiệm—Bình minh xanh—Chuyện dưới vòm xanh.

12
33 truyện ngắn chọn lọc, 1945–1975. [Thành Phố Hồ Chí Minh] Tác Phẩm Mới, 1976.
> PL4378.8.A113 1976 Orien Viet
> 82-244823

466 p.

13

35 năm chiến đấu và xây dựng. Hà Nội, Sự Thật, 1980.
DS556.8.A13 1980 Orien Viet
83-189533

426 p. illus., plates.
Includes bibliographical references.

14

Ba ngày lễ lớn năm 1980; đề cương tuyển truyện. Hà Nội, Quân Đội Nhân Dân, 1980.
DS559.912.B3 Orien Viet
81-203188

129 p.

15

Bác Hồ kính yêu. Hà Nội, Kim Đồng, 1970–1975.
DS560.72.H6.B3 Orien Viet
79-984106

2 v. illus.

16

Bác Hồ với văn nghệ sĩ: hồi ký; Lữ Huy Nguyên sưu tầm và biên soạn. Hà Nội, Tác Phẩm Mới, Hội Nhà Văn Việt Nam, 1980.
DS560.72.H6B35 1980 Orien Viet
84-131083

250 p.

17

Bắc Kinh: đường lối bá quyền và sô vanh. Hà Nội, Ngoại Văn, 1981.
DS779.27.B33 1981 Orien Viet
84-171173

159 p.

18

Bắc Phong. Quốc-văn tổng-giảng: tú tài ABCD (dành riêng cho tú tài CD tự do). Sài-Gòn, Tủ sách tự-học, [19   ]
PL4378.B23 1970z Orien Viet
83-102475

665 p.

19

Bài ca biên phòng: tập thơ. Hà Nội, Quân Đội Nhân Dân, 1979.
MLCS83/2213 (P)
83-108497

164 p.

20

Bài tập hình học: Lớp mười hai phổ thông, hệ 12 năm. In lại lần thứ 2. [s.l.] Giáo Dục, 1977.
QA459.B25 1977 Orien Viet
82-104360

229 p.

21

Balzac, Honoré de. Nông dân: cảnh đời nông thôn; Trọng Đức dịch và giới thiệu. [s.l.] Văn Học, 1981.
PQ2167.P2V5 1981 Orien Viet
84-210660

360 p.

22

Bản Quyên. Người du kích năm xưa. Hà Nội, Phụ Nữ, 1979.
MLCS83/5334 (P)
83-136075

245 p.

23

Bản Quyên. Từ mảnh đất này: truyện ký. Hà Nội, Phụ Nữ, 1978.
PL4378.9.B27T8 Orien Viet
80-984377

209 p.

24

Bàn Tài Đoàn. Nơi ta ở. To ong bua diêm. Hà Nội, Văn Hóa, 1979.
82-173551

160 p.

25

Bàng Bá Lân. Cái hay của tiếng Việt qua tục-ngữ ca-dao: bình-khảo ngôn-ngữ văn-học dân-gian. [Toronto] Quê-Hương [1982?]
PL4371.B3 1981 Orien Viet
82-158989

80 p.

26

Bảng đôi chiếu một số danh từ y-tế Anh-Việt dành cho các thông-dịch-viên. A short glossary of Australian health terms for interpreters and translators of Vietnamese. Dịch giả, Trần Văn Thịnh *and others*; soạn thảo viên, D. L. Sang. [s.l.] Health Education Unit, Public Health Dept, 1982.
84-131059

103 p.

27

Băng Giang *and others*. Bắn rơi tại chỗ máy bay B.52: hồi ký. Hà Nội, Quân Đội Nhân Dân, 1978.
DS558.8.B36 Orien Viet
79-984426

381 p.
Errata slip inserted.

28
Bằng Sĩ Nguyên. Hồn nhiên: thơ. [s.l.] Hội Nhà Văn Việt Nam, 1979.

MLCS83/5525 (P)
83-113386

78 p.

29
Bằng Việt. Đất sau mưa: thơ. [Hà Nội] Tác Phẩm Mới, 1977.

PL4378.9.B35D3 Orien Viet
79-984202

83 p.

30
Bằng Việt. Mô-da. Hà Nội, Văn Hóa, 1978.

MLCS82/9099
82-217263

230 p. plates.
(Tủ sách danh nhân văn hóa)

31
Bành Châu. Đêm Bến tre của Bành Châu, Bạch Điệp. Mối tình đầu của Hoàng Tích Chỉ, Hải Ninh. Hà Nội, Văn Hóa, 1978.

PL4378.8.B33 Orien Viet
80-984379

203 p.
Errata slip inserted.

32
Bành Châu. Nắng mới [của] Bành Châu. Bức tường không xây: tập truyện phim [của] Vũ Lê Mai, Khắc Lợi, Dương Đình Bá. Hà Nội, Văn Hóa, 1979.

PL4378.8.B334 1979 Orien Viet
82.129762

201 p.
Errata slip inserted.

33
Bảo Định Giang. Mấy vấn đề văn nghệ yêu nước và cách mạng. Hà Nội, Văn Học. 1964.

PL4378.B28 1964 Orien Viet
83-139782

203 p.
Errata slip inserted.

34
Bão tháng giêng: tập truyện và ký. Hà Nội, Quân Đội Nhân Dân, 1979.

MLCS83/5499 (P)
83-136082

191 p.

35
Bảo Vân. Tục-ngữ, ca-dao [i.e. và] dân-ca. [Toronto] Quê Hương [1979]

GR313.B36 Orien Viet
80-984388

304 p.
Bibliography: p. 2

36
Bảo Vân. Việt Nam thường-thức, hay là, những điều cần biết về đất-nước và nòi giống Việt Nam. [Toronto] Quê Hương [1980]

DS556.25.B36 Orien Viet
80-984387

200 p. illus.
Bibliography: p. 2

37
Bảo Vân *and* Quỳnh Liên Tử. Giai-thoại câu-đối. Toronto, Ontario, Canada, Quê Hương [1983]

84-132449

96 p.

38
Bích Hồng. Con đường xây dựng nền kinh tế mới: nghiên cứu văn kiện Đại hội Đảng lần thứ IV. Hà Nội, Sự Thật, 1980.

HC444.B52 1980 Orien Viet
81-213060

167 p.

39
Bình Hải. Lửa rừng đêm: tiểu thuyết lịch sử. Hà Nội, Lao Dộng, 1979.

MLCS82/9864 (P)
82-223561

174 p.

40
Bỉnh, Philiphe. Sách sổ sang chép các việc; Thanh Lãng giới thiệu. [Đà-Lạt] Viện Đại Học Đà-Lạt [1968]

BX4705.B5195A37 1968 Orien Viet
83-192197

626 p.

41
Bội Điệp. Đổi đời. In lần 1. Houston, TX, Nhóm Con Ong Cái Kiến [1982?]

PL4378.9.B62D6 1982 Orien Viet
85-130496

193 p.

42

Bóng mát cuộc đời. [Hà Nội] Phụ Nữ, 1983.
PL4378.8.B66 1983 Orien Viet
84-241879
130 p.
Errata slip inserted.

Bùi Anh Tuấn;
see Người Thứ Tám

43

Bùi Bình Thi. Ban mai: tiểu thuyết. Hà Nội, Quân Đội
Nhân Dân, 1980.
MLCS82/10956 (P)
82-226299
370 p.

44

Bùi Bình Thi. Chuyện Pren và Si va; bìa và minh họa
của Huy Toàn. Hà Nội, Kim Đồng, 1979.
PL4378.9.B78C48 1979 Orien Viet
83-184926
70 p. illus.

45

Bùi Bình Thi. Mặt trời trên đỉnh thác: tiểu thuyết. Hà
Nội, Phụ Nữ, 1979.
MLCS83/2211 (P)
83-108485
203 p.

46

Bùi Bình Thi. Mùa mưa đến sớm: tập truyện. Hà Nội,
Văn Học. 1973.
PL4378.9.B78M8 1973 Orien Viet
83-185557
178 p.

47

Bùi Bình Thi. Tây Nguyên mùa cày: bút ký và ghi
chép. [s.l.] Văn Hóa Dân Tộc, 1978.
PL4378.9.B78T3
80-984190
146 p.
Errata slip inserted.

48

Bùi Công Hùng. Góp phần tìm hiểu nghệ thuật thơ ca.
Hà Nội, Khoa Học Xã Hội, 1983.
PL4379.B78 1983 Orien Viet
85-199553
213 p. illus.
Bibliography: p. 210–13.

49

Bùi Công Kỳ. Nghệ thuật ngâm thơ. Hà Nội, Văn
Hóa, 1980.
PN4151.B85 1980 Orien Viet
83-134985
176 p.

50

Bùi Hiển. Đường lớn: ký sự. In lần thứ 1. Hà Nội, Văn
Học, 1966.
MLCS83/2214 (P)
83-108478
128 p.

51

Bùi Hiển. Một cuộc đời: truyện ký. [Hà Nội] Phụ Nữ.
1976.
PL4378.9.B84M6 Orien Viet
79-984053
148 p.

52

Bùi Huy Đáp. Cây lúa Việt Nam. Hà Nội, Khoa Học
và Kỹ Thuật, 1980.
SB191.R5B827 1980 Orien Viet
82-190271
563 p. illus.
Includes summaries in English, French, and
Russian. Errata slip inserted.

53

Bùi Huy Đáp. Lúa Việt Nam trong vùng nam và đông
nam Châu Á. [Hà Nội] Nông Nghiệp, [1978]
SB191.R5B83 Orien Viet
80-984133
27 p.
Bibliography: p. 274.

54

Bùi Kỷ. Quốc văn cụ-thể. In lần thứ 2. [s.l.] Tân Việt
[195 ?]
PL4378.5.B8 1950 Orien Viet
83-181217
170 p. (Sách giáo khoa)

55

Bùi Mạnh Nhi. Sen tháp mười: ca dao miền Nam về
Chủ tịch Hồ Chí Minh. [s.l.] Thành Phố Hồ Chí
Minh, 1980.
MLCS82/10965 (P)
82-226280
67 p.

56

Bùi Minh Quốc. Hồi đó ở Sa Kỳ; tiểu thuyết; bìa và
minh họa của Ái Nhi. v. [1] + Hà Nội, Kim Đồng,

1980+

PZ90.V5B84 1980 Orien Viet
84-161287

illus.

57

Bùi Phụng. Từ điển Việt-Anh. [Hà Nội] Trường Đại
học tổng hợp Hà Nội, 1978.

PL4376.B78 Orien Viet
80-984201

1322 p.

58

Bùi Quang Tung. Biểu nhất lãm áp-dụng cho lịch-sử
Việt-Nam. [s.l., s.n., 196   ]

DS556.5.B85 1960 Orien Viet
83-188289

42 p.

59

Bùi Quang Tung. Cuộc khởi nghĩa hai bà Trưng dưới
mắt sử gia. [Huế] Viện Đại-học Huế, 1959.

83-188283

16 p.

60

Bùi Quang Tung. Nước Việt-Nam trên con đường suy
vong (1858–1884). [Saigon] Hội Nghiên-cứu Liên-
lạc Văn-hóa Á-Châu [1958?]

DS556.8.B85 1958 Orien Viet
83-188304

20 p.
"Trích trong Nguyệt-san văn-hóa Á-châu, số
3 tháng 6 năm 1958." Includes bibliographical
references.

61

Bùi Văn Bảo. Câu đố vui: cũ và mới. [Toronto] Quê
Hương [1977]

PN6377.V53B84 1980 Orien Viet
83-145975

104 p. illus.

62

Bùi Văn Nguyên. Chủ nghĩa yêu nước trong văn học
thời khởi nghĩa Lam Sơn. Hà Nội, Khoa Học Xã
Hội, 1980.

DS556.6.B83 1980 Orien Viet
82-185155

415 p.

63

Bùi Văn Nguyên. Chuyện anh Khum-Cọ: chuyện cổ
dân tộc xá; bìa và minh họa của Thanh Mai. Hà Nội,

Kim Đồng. 1978.

MLCM83/58 (P) Orien Viet
83-108487

14 p. illus.

64

Bùi Văn Nguyên. Nguyễn Trãi. Hà Nội, Văn Hóa,
1980.

DS556.73.N55B84 1980 Orien Viet
82-122199

366 p. illus., plates, port.

65

Bùi Vĩnh Phúc. Những cơn mưa trở về. Người Việt in
lần thứ 1. [Irvine, CA] Hội Sinh Viên Việt Nam Đại
Học Irvine, 1981.

PL4378.9.B87N4 1981 Orien Viet
82-150000

135 p. music.

66

Bùng nổ vì Việt Nam. Thành Phố Hồ Chí Minh,
Thanh Niên [1979]

MLCS83/2727 (H)
83-118255

39 p. illus.

67

Bước ngoặt: tập kịch bản ngắn. Hà Nội, Văn Hóa,
1979.

PL4378.7.B86 1979 Orien Viet
83-185847

168 p.

68

Bút Ngữ. Đêm về sáng: truyện ký. [Hà Nội] Thanh
Niên [1979]

PL4378.9.B875D4 1979 Orien Viet
83-187785

185 p.

69

Bút Ngữ. Pháo đài đồng bằng: tiểu thuyết. [s.l.] Thanh
Niên [1979]

MLCS82/5953
82-179307

375 p.

70

Bửu Cân. Hán-Việt thành-ngữ. Lexique des expres-
sions sino-vietnamiennes usuelles. In lần thứ 2.
[Saigon] Phủ Quốc-vụ-khanh Đặc-trách Văn-hóa,
1971.

PL4379.B8 1971 Orien Viet
79-984027

625 p.

C

71

Cá biển Việt Nam. Hà Nội, Khoa Học và Kĩ Thuật, 1973.

83-1811234

153 p. illus.

72

Ca dao chống Mỹ cứu nước: chọn lọc [của] sưu tập và biên soạn Trần Quang Nhật; giới thiệu Hà Minh Đức. Hà Nội, Quân Đội Nhân Dân, 1980.

PL4378.6.C27 1980 Orien Viet
83-146687

172 p.

73

Ca dao Việt Nam trước cách mạng: sưu tầm trong những năm 1961/1962. [s.l.] Văn Học, 1979 printing.

MLCS82/5089
82-164339

286 p.

74

Ca kịch lịch sử. Hà Nội, Văn Hóa, 1979.

PL4378.7.C3 1979 Orien Viet
83-134997

427 p.

Contents.—Tình sử Loa thành [của] Lộng Chương, Trần Lê Văn—Trưng Vương [của] Việt Dũng—Thái hậu Dương Vân Nga [của] Trúc Đương—Nước cờ Tam Điệp [của] Hoài Việt—Hàng theo chính nghĩa [của] Nguyễn Ngọc Tiếp.

75

Các điển hình tiên tiến và phong trào quần chúng trong sự nghiệp giáo dục. Hà Nội, Sự Thật, 1979.

LA1186.C33 1979 Orien Viet
82-167636

161 p.
Includes bibliographical references.

76

Các Mác, sức sống mùa xuân của Tương Lai *and others*. Hà Nội, Thanh Niên, 1983.

HX39.5.C22 1983 Orien Viet
85-201313

79 p.

77

Các nước Đông-Nam Á. In lần thứ 2 có bổ sung. Hà Nội, Sự Thật, 1976.

DS522.6.C33 1976 Orien Viet
84-209069

230 p. illus., plates. (Tủ sách phổ thông kiến thức về thế giới)

78

Các tỉnh và thành phố nước ta. [Hà Nội] Phổ Thông, 1977.

DS556.39.C32 Orien Viet
79-984328

144 p. illus., plates.

79

Các vấn đề môi trường: báo cáo khoa học tại loạt hội thảo; do Ủy Ban Khoa Học và Kỹ Thuật Nhà Nước *and others*; phối hợp tổ chức vào tháng 4, 5, 6-1982 tại Hà Nội. Hà Nội [s.n.] 1982.

TD171.5.V5C33 1982 Orien Viet
85-230825

258 p.

80

Cách mạng khoa học kỹ thuật ở trên thế giới và ở Việt Nam: thư mục chuyên đề. Hà Nội, Bộ Văn Hóa và Thông Tin, Thư Viện Quốc Gia Việt Nam, 1979.

Z7401.C13 1979 Orien Viet
82-102345

206 p.

81

Cách mạng tháng Mười. In lần thứ 2 có bổ sung. Hà Nội, Phổ Thông, 1977.

DK265.C28 1977 Orien Viet
82-184510

73 p. illus., plates.

82

Cách mạng tháng tám (1945). In lần thứ 4 có sửa chữa và bổ sung. Hà Nội, Sự Thật, 1980.

DS556.8.C328 1980 Orien Viet
83-135617

195 p.

83

Cách mạng và khoa học: nghiên cứu văn kiện đại hội Đảng lần thứ IV. Hà Nội, Khoa Học Xã Hội, 1977.

JQ898.D293C3 1977 Orien Viet
83-135047

295 p.

"Ủy ban khoa học xã hội Việt Nam, Viện triết học." Errata slip inserted. Includes bibliographical references.

84
Cách sống: gửi các bạn gái. [Hà Nội] Thanh Niên, [1978]

BJ1668.V5C33 Orien Viet
79-984280
109 p.

85
Cái đẹp. [Hà Nội] Thanh Niên [1978]

NX578.6.V5C3 1978 Orien Viet
82-163783
99 p.
Contents.—1. Âm nhạc và đời sống, của Phạm Tuyên—2. Cái hay, cái đẹp, cái tinh tế của nhạc khí dân tộc, của Nguyễn Chí Vũ—3. Từ ca khúc chuyển sang nhạc không lời, của Trinh Lại—Cái đẹp trong dân ca quan họ, của Tô Vũ, Trần Quang Huy—Cái đẹp trong tranh của Quốc Bảo ...

86
Cải tiến công tác khoán, mở rộng khoán sản phẩm trong hợp tác xã nông nghiệp. [s.l.] Sự Thật. [1981]
84-241905
35 p.

87
Cẩm Lai. Sắc biển: thơ. In lần thứ 1. [s.l.] Tác Phẩm Mới, Hội Nhà Văn Việt Nam, 1979.

PL4378.9.C34S2 1979 Orien Viet
83-185762
96 p.

88
Cẩm-nang của cấp chỉ-huy. In lần thứ 1. [Saigon] Bộ Quốc Phòng [1957]
83-180847
218 p. illus.

89
Cam-pu-chia, thắng lợi của một cuộc cách mạng chân chính. Hà Nội, Sự Thật, 1979.

DS554.8.C34 Orien Viet
81-211221
73 p.
Includes bibliographical references.

90
Cẩm Trọng. Người Thái ở tây bắc Việt Nam. Hà Nội, Khoa Học Xã Hội, 1978.

DS556.45.T35C35 1978 Orien Viet
80-984172
596 p. illus.
At head of title: Viện Dân tộc học.
Bibliography: p. 587–91.

91
Cao Hữu Đính. Kinh Na Tiên Tỳ Kheo. In lần thứ 1. Saigon, Minh Đức, 1971.
83-155881
159 p.

92
Cao Lãng. Lịch triều tạp kỷ của người biên soạn, Cao Lãng; người bổ sung, Xiển Trai; Hoa Bằng dịch và chú giải; Văn Tân hiệu đính. Hà Nội, Khoa Học Xã Hội, 1975.

DS556.7.C36 1975 Orien Viet
83-191349
2 v. (Loại sách nghiên cứu tham khảo)
Includes bibliographical references.

93
Cao Ngọc Phượng. Thử tìm dấu chân trên cát: ghi chép về thơ Nhất Hạnh. In lần thứ 1. Paris, Lá Bối, 1981.

PL4378.9.N55 Z6 Orien Viet
82-109669
312 p. illus., plates.
Bibliography: p. [7]–[8]

94
Cao Thanh. Tội ác và di hại: tội ác Mỹ-ngụy sau Hiệp định Pa-ri. Hà Nội, Quân Đội Nhân Dân, 1976.

DS559.2.C36 Orien Viet
79-984101
83 p.
Includes bibliographical references.

95
Cao Thanh *and* Đoàn Đình Ca. Hô-xê Mác-ti, 1853–1895 [Hà Nội] Thanh Niên [1978]

F1783.M38C218 Orien Viet
80-984166
163 p.

96
Cao Tiến Lê. Bên quê: tập truyện ngắn. Hà Nội, Quân Đội Nhân Dân, 1978.

PL4378.9.C39B4 Orien Viet
80-984174
154 p.

97
Cao Tiến Lê. Mùa ca cao. Hà Nội, Thanh Niên, 1982.

PL4378.9.C39M8 1982 Orien Viet
83-185770
150 p.

98
Cao Trung. Địa lý Tả Ao: địa đạo diễn ca. [s.l.] Lam

Sơn, 1980.

MLCS82/5042
82-157425

164 p. illus. (Tủ sách gia bảo)

99
Cao Trường Thọ. Bí mật đại não. Hà Nội, Y Học, 1982.

Q315.C36 1982 Orien Viet
83-144868

88 p. illus.

100
Cao Văn Biền. Gịai cấp công nhân Việt Nam, thời kỳ 1936–1939. Hà Nội, Khoa Học Xã Hội, 1979.

HD8700.5.C36 Orien Viet
81-169659

394 p.
At head of title: Ủy ban khoa học xã hội Việt Nam, Viện sử học.
Bibliography: p. 389–92.

101
Cao Văn Luận. Bên giòng lịch-sử Việt Nam, 1940–1975. Sacramento, CA, Tantu Research, c1983.

DS556.8.C35 1983 Orien Viet
84-130479

389 p. illus., plates.

102
Cao Văn Luận *and others*. Công-dân giáo-dục, lớp đệ lục. In lần thứ 1. [Saigon] Bộ Quốc-gia Giáo-dục, 1960.

JQ883.C66 1960 Orien Viet
83-109727

112 p. (Tủ sách trung học)

103
Cao Văn Luận *and others*. Công-dân giáo-dục, lớp đệ-thất. In lần thứ 1. [Saigon] Bộ Quốc-gia Giáo-dục, 1960.

JQ883.C67 1960 Orien Viet
83-105268

154 p. (Tủ sách trung-học)

104
Cao Văn Lương, Phạm Quang Toàn, *and* Quỳnh Cư. Tìm hiểu phong trào đồng khởi ở miền nam Việt Nam. Hà Nội, Khoa Học Xã Hội, 1981.

DS556.9.C36 1981 Orien Viet
83-145129

390 p. illus.
At head of title: Ủy Ban Khoa Học Xã Hội Việt Nam, Viện Sử Học.
Includes bibliographical references.

105
Câu lạc bộ chiến sĩ. v. [1]+ Hà Nội, Quân Đội Nhân Dân, 1977+

PL4378.5C38 Orien Viet
79-984283

illus.

106
Châm cứu học [của] Viện Đông y. v. [1]+ Hà Nội, Y Học, 1978+

RM184.C446 Orien Viet
81-159791

107
Chế Lan Viên. Nghĩ cạnh dòng thơ: tiểu luận. Hà Nội, Văn Học, 1981.

PL4378.2.C48 1981 Orien Viet
84-127054

368 p. (Văn học hiện đại Việt Nam)

108
Chế Viết Tân. Bàn về phân công lại lao động xã hội ở Việt Nam. Hà Nội, Sự Thật, 1982.

HD8700.5.C44 1982 Orien Viet
84-126370

150 p.

109
Chế Viết Tân. Một số vấn đề về đổi mới công tác kế hoạch hóa và xây dựng kế hoạch ở cơ sở và huyện. [Hà Nội] Sự Thật [1979]

HC444.C47 1979 Orien Viet
82-173433

90 p.
Includes bibliographical references.

110
Chiến cụ do Việt-cộng đã xử dụng tại miền Nam hoặc có thể đang được xử dụng tại miền Bắc Việt-nam. War material used by the Viet cong in South Vietnam or presumably available to North Vietnam. [Sàigòn, Bộ Tổng-Tham-Mưu, Phòng 2, 1966]

UC465.V55C48 1966 Orien Viet
83-181227

184 p. illus.

111
Chiến dấu bảo vệ Thà-Khẹc: tập truyện và ký; các tác giả, Xinh-Ca-Pô Xi-Khôt-Chu-La Ma-Ni; người dịch, Hùng Phi. Hà Nội, Quân Đội Nhân Dân, 1980.

MLCS83/2722 (P)
83-137005

67 p.

112
Chiến hào biên giới: tập thơ văn. Hà Nội, Văn Học, 1980.

PL4378.5.C47 Orien Viet
81-203170

282 p.

113
Chiến thắng lịch sử Điện Biên Phủ: một số văn kiện đảng. Hà Nội, Sự Thật, 1984.

DS553.3.D5C49 1984 Orien Viet
85-201321

150 p.

114
Chiến thắng mật khu Bời Lời. [Saigon] Nha Tổng Giám Đốc Thông Tin [1963]

84-189088

16 p. illus.

115
Chiều sâu quê hương: truyện và ký [của] nhiều tác giả. Hà Nội, Phụ Nữ, 1977.

MLCS83/2504 (P)
83-114050

125 p.

116
Chim Trắng. Những ngả đường: thơ. Thành Phố Hồ Chí Minh, Văn Nghệ, 1980.

MLCS82/9875 (P)
82-223874

82 p.

117
Chin, Yung. Cô gái Đồ Long: truyện dã sử võ hiệp Trung Hoa. Dịch giả Từ Khánh Phụng tức Tiền Phong. Los Alamitos, CA, Vietnam [19   ]

PL2848.Y8C6 1978 Orien Viet
84-140893

6 v.

118
Chin, Yung. Ma nữ đa tình: truyện võ hiệp Trung-Hoa; nguyên tác, Kim-Dung; dịch thuật, Thương-Lan. Los Alamitos, CA, Vietnam [19   ]

PL248.Y8M3 1978 Orien Viet
84-140940

4 v.

119
Chin, Yung. Thiên-long bát bộ: bản dịch của Hàn-Giang-Nhạn, tức Thứ-Lang. Los Alamitos, CA,

Vietnam [19   ]

PL2848.Y8T45 1978 Orien Viet
84-140963

2 v.

120
Chính-quyền Quốc-gia là gì? Phòng Nghiên-huấn, Nha Thông-tin T.V. [s.l.] Nha Thông-tin T.V., 1955.

83-154330

16 p.

121
Chỉnh Túc, Thích. Tinh-thần bình-đẳng của đạo Phật. Cholon, Sen Vàng [195–?]

BQ4165.C48 1950z Orien Viet
83-155808

23 p.

122
Chu Bá Nam. Ngoài phòng thí nghiệm: truyện. Hà Nội, Phụ Nữ, 1981.

PL4378.9.C4868N45 1981 Orien Viet
84-143443

166 p.

123
Chủ đề chân dung tình yêu. Saigon, Thiện Mỹ, 1975.

84-190053

128 p. illus., plates.

124
Chu Huy Mẫn. Thanh niên trong các lực lượng vũ trang với sự nghiệp bảo vệ tổ quốc và xây dựng đất nước. Hà Nội, Quân Đội Nhân Dân, 1980.

UA853.V5 C48 1980 Orien Viet
85-130507

30 p.

125
Chư kinh tập yếu. [Chu ching chi yao], Đoàn-Trung-Còn dịch. Saigon, Phật-học, 1970.

MLCM83/2248 (B)
83-117757

363 p. illus. (Phật học tổng-thơ; 26)

126
Chu Lai. Đôi ngả thời gian: truyện và ký. Hà Nội, Tác Phẩm Mới, Hội Nhà văn Việt Nam, 1981.

PL4378.9.C4878D6 1981 Orien Viet
85-104567

207 p.

127
Chu Lai. Nắng đồng bằng: tiểu thuyết. Hà Nội, Quân

Đội Nhân Dân, 1979.

MLCS82/5095
82-164502

455 p.

128
Chu Lai. Người im lặng: tập truyện. Hà Nội, Văn Học, 1978.

MLCS83/2723 (P)
83-136911

175 p.

129
Chu Lai. Vùng đất xa xăm: tập truyện. Hà Nội, Quân Đội Nhân Dân, 1983.

PL4378.9.C4878V8 1983 Orien Viet
85-198452

142 p.

130
Chủ nghĩa cộng sản khoa học: chương trình trung cấp; Vụ biên soạn, Ban Tuyên Huấn Trung Ương. [Tái bản] Hà Nội, Sách Giao Khoa Mác-Lê-Nin, 1982.

HX73.C48 1982 Orien Viet
84-241859

132 p.

131
Chủ nghĩa Mao và văn hóa, văn nghệ Trung Quốc của Quang Đạm *and others*. [s.l.] Viện Văn Hóa, Bộ Văn Hóa, 1983.

HX521.C48.1983 Orien Viet
85-196026

370 p.

132
Chủ nghĩa tư bản độc quyền Nhà nước. Hà Nội, Sự Thật, 1981.

HC444.C48 1981 Orien Viet
84-125591

149 p.

133
Chủ nghĩa xã hội khoa học: chương trình trung cấp; vụ biên soạn, Ban Tuyên Huấn Trung Ương. In lần thứ 2. Hà Nội, Sách Giáo Khoa Mác—Lê-Nin, 1977.

HX72.C48 1977 Orien Viet
83-135038

195 p.

134
Chu Trọng Huyên. Chuyện kể từ làng sen; bìa và minh họa của Hoàng Công Luân. Hà Nội, Kim Đồng, 1980.

MLCS82/5954
82-179331

107 p. illus.

135
Chu Văn. Bão biển: tiểu thuyết. In lần thứ 2. Hà Nội, Văn Học, 1978.

PL4378.9.C53B3 1978 Orien Viet
79-984429

2 v.
Errata slip inserted.

136
Chu Văn. Bông hoa trắng; tập truyện ngắn. In lần thứ 1. [s.l.] Tác Phẩm Mới, 1978.

MLCS83/5506 (P)
83-111698

127 p.

137
Chu Văn Mười. Biển xanh; tiểu thuyết. [Hà Nội] Tác Phẩm Mới, 1977.

PL4378.9.C4875 B5 1977 Orien Viet
79-984332

319 p.
Errata slip inserted.

138
Chu Văn Mười. Người vợ trẻ: tiểu thuyết. Hà Nội, Phụ Nữ, 1980.

MLCS83/5522 (P)
83-134229

105 p.

139
Chu Xuân Anh *and others*. Tự điển hóa học. v. [2]+ Hà Nội, Khoa Học và Kỹ Thuật, 1982+

QD5.T795 1982 Orien Viet
83-145985

illus.

140
Chúng tôi làm công tác chi đoàn. [s.l.] Thanh Niên, 1981.

84-241913

73 p. illus.

141
Chương Thậu, Triệu Dướng, and Nguyễn Đình Chu. Thơ văn yêu nước và cách mạng, đầu thế kỷ XX, (1900–1930). In lần thứ 1. Hà Nội, Văn Học, 1972.

84-195289

742 p.

142
Chuyện chị tham mưu trưởng: tập truyện ngắn. Hà Nội, Phụ Nữ, 1978.

PL4378.8.C55 1978 Orien Viet
83-188055

145 p.
Contents: Chị tham mưu trưởng của Nam Hà—Tấm lòng người vợ của Trần Hữu Tòng—Chân Trời của Trần Mai Hương—Người bạn mới của Nam Hà—Như những ngày xưa của Nam Hà—Mẹ Tư của Trần Mai Hưởng—Mùa bướm trắng của Trần Mai Hưởng—Những đứa con Thím Ba của Nam Hà.

143
Cô Ngọc Ngà. Cẩm nang gia chánh làm bếp. [Glendale, CA] Tinh Hoa Miền Nam [1981]

TX724.5.V5N46 1981 Orien Viet
82-158976

474 p.
Reprint.

144
Cô Nhi Tân. Tiểu-truyện danh-nhân: Nguyễn-Thái Học, Nguyễn-Thị-Giang, Nguyễn-Khắc-Nhu, Lê-Hữu-Cảnh. Saigon, Phạm-Quang-Khai [1969]

DS556.83.N45C6 1969 Orien Viet
83-102461

118 p. illus. (Tủ-sách tiền-bộ)

145
Cô Nhi Tân. Tư Mã Quang, Vương An Thạch: tiểu truyện danh nhân. Saigon, Phạm-Quang-Khai [196]

DS734.9.S84C6 1969 Orien Viet
83-104135

143 p.

146
Cổ Tần Long Châu *and others*. Miền nam Việt Nam đất nước, con người. v. [2]+ [Hà Nội] Giải Phóng, 1967+

N7314.M54 1967 Orien Viet
83-192403

illus.

147
Con đường cách mạng của chúng ta là con đường tất thắng. Hà Nội, Sự Thật, 1981.

85-104004

43 p.

148
Con đường giải phóng: hồi ký. Tái bản lần thứ 1. v.

[1]+ Hà Nội, Phụ Nữ, 1979+

DS556.8.C66 1979 Orien Viet
82-217969

149
Con đường hợp tác hóa nông nghiệp ở miền Nam. Hà Nội, Sự Thật, 1979.

HD1491.V5C66 1979 Orien Viet
82-190307

50 p.
Includes bibliographical references.

150
Con đường sáng: tập truyện ngắn [của] nhiều tác giả. Hà Nội, Lao Động, 1979.

MLCS83/5500 (P)
83-136087

157 p.

151
Con đường về vang: truyện ngắn và ký sự. Hà Nội, Quân Đội Nhân Dân, 1965.

MLCS83/5893 (P)
83-114998

153 p.

152
Confucius. Xuân-thu tam truyện. Chun Chiu xan chuan. Biên dịch Hoàng Khôi. In lần thứ 1. [s.l.] Bộ Giáo-dục, Trung-tâm Học-liệu, 1969–1971.

PL2489.6.V5K1 1969 Orien Viet
84-141342

5 v.

153
Công-cuộc cải-tiên dân sinh cho đồng-bào Thượng sau 5 năm chấp chánh của Ngô Tổng-thống. [Saigon] Nha Công-tác Xã-hội Miền Thượng, 1959.

DS556.45.M6C66 Orien Viet
80-984253

188 p. illus.
Cover title.

154
Cuộc diễu binh hùng vĩ: tập thơ viết về các liệt sĩ, anh hùng, chiến sĩ thi đua trẻ tuổi ở hai miền Nam Bắc. Hà Nội, Thanh Niên, 1968.

MLCS83/8006 (P)
83-114984

138 p.

155
Cuộc đổi đời bi thảm: tài liệu bằng hình vẽ quốc nạn

30-4-1975. Downey, CA, Hồn Việt [1979]
        DS559.9.S24C86 1979 Orien Viet
                82-146677
   [56] p. illus.
   Cover title.

156
Cuộc họp mặt các chiến sĩ Trần Quốc Toản. Hà Nội,
Kim Đồng, 1979.
        HQ799.V5C86 1979 Orien Viet
                83-152651
   63 p. illus.

157
Cuộc kháng chiến chống Mỹ, cứu nước, 1954–1975;
những sự kiện quân sự [của] Học viện quân sự cao
cấp. Bản tổng kết kinh nghiệm chiến tranh. Hà Nội,
Quân Đội Nhân Dân, 1980.
        DS557.7.C84 1980 Orien Viet
                82-166733
   308 p.

158
Cuộc khởi nghĩa Trà Bông và miền tây Quảng Ngãi;
chủ biên, Phạm Thanh Biền, Nguyễn Hữu Nghĩa;

nghiên cứu, tham gia ý kiến, Võ Nghi ... [and
others]. Hà Nội, Quân Đội Nhân Dân, 1975.
        DS559.92.T73C86 1975 Orien Viet
                84-216178
   154 p. illus., plates.

159
Cuộc tổng công kích, tổng khởi nghĩa của Việt-Cộng
Mậu Thân, 1968; chủ biên, Phạm-Văn-Sơn; soạn
thảo, Lê-Văn-Dương; hình ảnh, Nguyễn-Ngọc-
Hạnh; thực hiện, Trung-tâm ấn-loát ấn-phẩm.
[Saigon] Quân lực Việt Nam Cộng Hòa, 1968.
        DS557.8.T4C86 1968 Orien Viet
                83-189982
   400 p. illus. (Loại lịch-sử chiến đấu)

160
Cuộc vận động cách mạng tháng tám ở Hà Nội (cuối
năm 1939-đầu năm 1946). In lần thứ 2, có sửa chữa
và bổ sung. [Hà Nội] Ban Nghiên Cứu Lịch Sử
Đảng Uỷ Hà Nội, 1975.
        DS556.8.C86 1975 Orien Viet
                82-188669
   204 p.
   Includes bibliographical references.

D

161
Damamùkanidàna sùtra. Vietnamese. Kinh hiền
Phạm Thiên Thư thi hóa tư tưởng; Trần Thị Tuệ
Mai nhuận sắc. Saigon, Cơ Sở Văn Chương, 1973.
                83-180569
   518 p.   illus., plates.

162
Dân ca Cao Luận [của] Phương Bằng, sưu tầm và
dịch. Hà Hội, Văn Hóa, 1981.
                82-184945
   111 p.

163
Dân ca miền Nam Trung bộ [của] Trần Việt Ngữ,
Trương Đình Quang, Hoàng Chương, sưu tầm và
giới thiệu. [s.l.] Văn Hóa, Viện Văn Học, 1963.
                82-126456
   2 v. illus.

164
Dân ca thái: hai trăm lẻ sáu bài dân thái về tình yêu
[của] Mạc Phi, sưu tầm, dịch, giới thiệu. Hà Nội,
Văn Hóa, 1979.
                82-165161
   161 p.

165
Danh-từ khoa-học. v. [1–5] Saigon, Bộ Văn-hóa Giáo-
dục, 1964+ illus. (Tủ sách khoa-học)
                83-192768

166
Doãn Quốc Sỹ. Đàm thoại độc thoại: khu rừng lau.
[s.l.] Sáng Tạo, 1966.
                84-210152
   195 p. illus.

167
Doãn Thanh *and* Lê Trung Vũ. Truyện cổ Dao. Hà
Nội, Văn Hóa Dân Tộc, 1978.
          GR308.5.Y36T78 Orien Viet
                80-984349
   292 p.
   Errata slip inserted.

168
Doãn Thanh, Thương Nguyễn, *and* Hoàng Thao.
Truyện cổ dân tộc Mèo. Hà Nội, Văn Học, 1963.
           GR313.5.M5D6 Orien Viet
                80-984394
   486 p.

169
Du Miên. Ba năm ở Mỹ: truyện ký. San Diego, CA, Hồn Việt, 1978.

PL4378.9.D69B3 1978 Orien Viet
82-157509
120 p.

170
Du Tử Lê. Tan theo ngày nắng vội; bìa Ngọc Dũng; phụ bản Nguyễn Khai *and others*; phụ bản thơ nhạc, Du Tử Lê, Trần Duy Đức. Garden Grove, CA, Nhân Chứng, 1984.

PL4378.9.D7T3 1984 Orien Viet
85-107432
184 p. illus. (Tủ sách văn học)

171
Du Tử Lê. Thơ Du Tử Lê. [Tái bản]. [Garden Grove, CA] Nhân Chứng, 1981.

PL4378.9.D7A6 1981 Orien Viet
82-102337
156 p. illus., music, plates.

172
Dũng Hà. Mảnh đất yêu thương: tiểu thuyết. Hà Nội, Quân Đội Nhân Dân, 1978.

PL4378.9.D725M3 Orien Viet
80-984297
381 p.

173
Dung Sàigòn. Bâng khuâng tơ trời. [Glendale, CA, Dai-nam Co., 1980?]

PL4378.9.D73B36 1980 Orien Viet
80-984229
275 p.
Reprint of the 1973 ed. published by Hoàng Hà, Saigon. Includes a reproduction of the t.p. of the 1973 ed.

174
Dung Sàigòn. Bầy con gái. Lancaster, PA, Xuân Thu [1980?]

PL4378.9.D73B39 1980 Orien Viet
82-102286
216 p.

175
Dung Sàigòn. Bước khẽ nhé em. Lancaster, PA, Xuân Thu, 1981.

PL4378.9.D73B8 1981 Orien Viet
82-102274
214 p.
Reprint. Originally published: 1974.

176
Dung Sàigòn. Êm ả một đời. Lancaster, PA, Xuân Thu, 1981.

PL4378.9.D73E45 1981 Orien Viet
82-102282
207 p.
Reprint. Originally published: 1974.

177
Dung Sàigòn. Không còn là ngày xưa. [Glendale, CA] Tinh Hoa Miền Nam [1980?]

PL4378.9.D73K5 1980 Orien Viet
80-984226
258 p.
Reprint of the 1973 ed. published by Thùy Dương, Saigon.

178
Dung Sàigòn. Một thuở hẹn hò. [Glendale, CA] Tinh Hoa Miền Nam, [1980?]

PL4378.9.D73M64 1980 Orien Viet
80-984223
241 p.
Reprint of the 1973 ed.

179
Dung Sàigòn. Ngày tháng trôi qua tình yêu còn lại. Lancaster, PA, Xuân Thu, 1981.

PL4378.9.D73N46 1981 Orien Viet
82-157475
212 p.

180
Dung Sàigòn. Niềm hạnh phúc chợt thấy. Lancaster, PA, Xuân Thu, 1981.

PL4378.9.D73N55 1981 Orien Viet
82-157490
207 p.
Reprint. Originally published: 1974.

181
Dung Sàigòn. Tình yêu tình yêu ơi. [California] Đời Mới [1980?]

PL4378.9.D73T56 1980 Orien Viet
82-102279
201 p.
Reprint. Originally published: Saigon, Đời Mới, 1974.

182
Dung Sàigòn. Tóc mơ nghìn sợi. Lancaster, PA, Xuân Thu, 1981.

PL4378.9.D73T6 1981 Orien Viet
82-102265

130 [i.e., 230] p.
Reprint. Originally published: 1974.

183
Dung Sàigòn. Tóc xõa ngang lưng. Lancaster, PA, Xuân Thu, 1981.

PL4378.9.D73T65 1981 Orien Viet
82-157501

206 p.

184
Dung Sàigòn. Trong vô số buổi chiều. Lancaster, PA, Xuân Thu. 1981.

PL4378.9.D73T7 1981 Orien Viet
82-102281

252 p.

185
Dung Sàigòn. Từ dạo biết buồn. Lancaster, PA, Xuân Thu, 1981.

PL4378.9.D73T78 1981 Orien Viet
82-102287

204 p.
Reprint. Originally published: 1974.

186
Dung Sàigòn. Từ giã thơ ngây. Lancaster, PA, Xuân Thu, 1981.

PL4378.9.D73T8 1981 Orien Viet
82-102277

246 p.
Reprint. Originally published: 1973.

187
Dung Sàigòn and Linh Phương. Những giọt long lanh. [Los Alamitos, CA, Viet Nam, 1980]

PL4378.9.D73N5 1980 Orien Viet
80-984225

231 p.

188
Dung Sàigòn and Võ Hà Anh. Dễ ghét. [Glendale, CA] Tinh Hoa Miền Nam [1980?]

PL4378.9.D73D38 1980 Orien Viet
80-984228

210 p.

189
Dung Sàigòn and Võ Hà Anh. Lối cỏ mù sương. [Glendale, CA] Tinh Hoa Miền Nam [1980]

PL4378.9.D73L64 1980 Orien Viet
80-984227

210 p.
Reprint of the 1974 ed. published by Như Ý, Saigon.

190
Dung Sàigòn and Võ Hà Anh. Ngày xưa chân sáo. [Glendale, CA] Tinh Hoa Miền Nam, 1980.

PL4378.9.D73N48 1980 Orien Viet
80-984224

212 p.

191
Dưới lá cờ vẻ vang của Đảng. [Thành Phố Hồ Chí Minh, Thông Tấn Xã Việt Nam, 1976]

DS556.9.D86 Orien Viet
79-984143

279 p. illus.

192
Dương Công Hầu. Sách-số; diễn-cầm tạm-thể diễn nghĩa. [shih san chin yen] Soạn-giả Dương-Công-Hầu, hiệu Khương-Đức. [Houston, TX] Dương-Công-Hầu, 1982.

BF1714.C5D86 1982 Orien Viet
83-101924

344 p. illus., plates.
Cover title.
Reprint. Originally published: 1952.

193
Dương Đình Hy. Mùa dưa; tập truyện ngắn và ký. Hà Nội, Phụ Nữ, 1978.

MLCS82/9863 (P)
82-223565

67 p.

194
Dương Hà. Bên giòng sông Trệm: xã hội, tâm lý, ái tình, đồng quê tiểu thuyết. [Glendale, CA] Tinh Hoa Miền Nam, [1980?]

PL4378.9.D738B4 Orien Viet
80-984230

225 p.

195
Dương Hảo. Một chương bi thảm. Hà Nội, Quân Đội Nhân Dân, 1980.

DS557.7.D86 1980 Orien Viet
82-190393

293 p.

196
Dương Hồng Dật. Tìm hiểu về khoa học bảo vệ thực vật. Hà Nội, Khoa Học và Kỹ Thuật, 1979.

SB950.D86 1979 Orien Viet
81-203152

153 p. illus.
Errata slip inserted.

197
Dương Hùng Cường. Vĩnh biệt Phương: truyện dài.
Fort Smith, AR, Sống Mới, [19   ]
MLCS83/2216 (P)
83-117407
512 p.

198
Dương Kinh Quốc. Việt Nam: những sự kiện lịch sử,
1858–1945. v. [1]+ Hà Nội, Khoa Học Xã Hội,
1981+
DS556.8.D86 1981 Orien Viet
85-104378
At head of title: Ủy ban khoa học xã hội Việt
Nam, Ban cận đại Viện sử học. Companion volume
of: Việt Nam, những sự kiện, 1945–1975.
Contents: tập 1. 1858–1896

199
Dương Quảng Hàm. Việt-Nam thi văn hợp tuyển. 1st
ed. McLean, VA, Viet Nam Foundation, 1978.
84-189083
268 p.

200
Dương Thị Xuân Quý. Hoa rừng. Hà Nội, Văn Học,
1979.
PL4378.9.D758H6 1979 Orien Viet
82-129760
330 p. plates, port.

201
Dương Thoa. Bác Hồ với phong trào phụ nữ Việt
Nam. [Hà Nội] Phụ Nữ, 1982.
DS560.72.H6D87 1982 Orien Viet
84-143518
71 p.
Includes bibliographical references.

202
Dương Thu Hương and Lê Thị Mây. Mùa thu mùa
trăng: thơ. [s.l.] Tác Phẩm Mới, 1980.
MLCS/9869 (P)
82-224377
63 p.

203
Duy Đức. Quân với dân một ý chí. Hà Nội, Quân Đội
Nhân Dân, 1980.
PL4378.9.D768 Q3 1980 Orien Viet
85-103806
145 p.

204
Duy Khoát. Câu chuyện ao cá Bác Hồ. Hà Nội, Nông
Nghiệp, 1982.
SH155.5.D88 1982 Orien Viet
83-144270
109 p. illus.

205
Duy Ma Cật kinh. [Wei-mo-chieh ching] của Đoàn
Trung Còn dịch. Saigon, Phật Học, 1971.
BQ2213.V5D63 1971 Orien Viet
83-155865
339 p. illus. (Phật-học tòng-thơ; 27)

206
Duy Phi. Cánh buồm mở hướng: trường ca. Hà Nội,
Thanh Niên, 1983.
PL4378.9.D775C3 1983 Orien Viet
85-194573
76 p.

207
Duy Thanh and others. Tuyển truyện sáng-tạo. Fort
Smith, AR, Sống Mới [1982?]
PL4378.8.T84 1982 Orien Viet
83-114112
139 p.
Contents: Đứng về phía những cái mới của Mai-
Thảo—Giấc ngủ của Duy-Thanh—Rượu, chưa đủ
của Dương Nghiễm Mậu—Những hạt ba-dăng
của Niên của Mai Trung Tĩnh—Tiếng động dưới
cỏ của Phạm Nguyên Vũ—Bức tranh của Song-
Linh—Hương gió lướt đi của Thao-Trường—
Tinh cầu của Thạch-Chương.

208
Duyên Anh. Ánh lửa đêm tù: tập truyện. [Los Alami-
tos, CA, Việt Nam, 1980?]
PL4378.9.D8A79 1980 Orien Viet
80-984235
199 p.
Reprint of the 1969 ed. published by Hồng Đức,
Saigon. Includes a reproduction of the t.p. of the
1969 ed.

209
Duyên Anh. Dzũng Dakao: truyện dài. [Los Alamitos,
CA, Việt Nam, 1980?]
PL4378.9.D8D9 1980 Orien Viet
80-984236
215 p.
Reprint of the 1966 ed. published by Đời Mới,
Saigon.

210
Duyên Anh. Đêm Thánh vô cùng. [San Diego, CA, Về Nguồn, 1978]

PL4378.9.D8D45 1978 Orien Viet
80-984234

125 p.
Reprint of the 1973 ed. published by Tủ Sách Bạn Ngọc, Saigon. Includes a reproduction of the t.p. of the 1973 ed.

211
Duyên Anh. Hoa thiên lý. [Los Alamitos, CA, Việt Nam. 1980?]

PL4378.9.D8H6 1980 Orien Viet
80-984233

204 p.
Reprint of the 1963 ed. published by Giao Điểm, Saigon. Includes a reproduction of the t.p. of the 1963 ed.

212
Duyên Anh. Hôn em, kỷ niệm: truyện. Bản lần thứ l. Glendale, CA, Dainamco [197]

PL4378.9.D8H66 1980 Orien Viet
82-157375

282 p.
Reprint of the 1974 ed. published by Tuổi Ngọc, Saigon.

213
Duyên Anh. Thư tình trên cát: truyện dài, của Duyên-Anh Vũ Mộng-Long. [Glendale, CA] Tinh Hoa Miền Nam [1980?]

PL4378.9.D8T57 1980 Orien Viet
80-984232

Reprint of the 1973 ed. published by Tuổi Ngọc, Saigon.

Đ

214
Đắc Trung. Đường chân trời: tập truyện. Hà Nội, Lao Động, 1979.

PL4378.9.D28D8 Orien Viet
80-984100

165 p.
Errata slip inserted.

215
Đại đoàn quân tiền phong: ký sự. In lần thứ 2. [v. 1–2; in 1]+ Hà Nội, Quân Đội Nhân Dân, 1978+

DS558.5.D33 1978 Orien Viet
82-244749

illus.
Rev. ed. of: Sư đoàn Quân Tiền Phong, 1979.

216
Đại hội XXVI đảng cộng sản Liên Xô. Hà Nội, Sự Thật, 1981.

85-108022

158 p.

217
Đại-Nam Nhất-thông-chí. Lục tỉnh Nam-Việt; dịch-giả, Nguyễn Tạo. Tái bản. v. [1]+ [Saigon] Nha Văn-hóa, Phủ quốc-vụ-khanh đặc-trách văn-hóa, 1973+

DS556.38.D35 1973 Orien Viet
83-154902

illus. (Văn hóa tùng thư; số 52)
Chinese and Vietnamese.
Contents.—tập 1. Biên-Hòa. Gia-Định.

218
Đại Nam thực lục; tổ phiên dịch Viện Sử Học phiên dịch. Hà Nội, Sử Học, 1962+

DS556.7.D35 1962 Orien Viet
79-984134

"Ta nan shih lu."

219
Đại việt sử ký toàn thư. Cao Huy Giu phiên dịch; Đào Duy Anh hiệu đính, chú giải và khảo chứng. v. [4] Hà Nội, Khoa Học Xã Hôi, 1968+

DS556.6.N45 1968 Orien Viet
82-218018

220
Đại Xuân Ninh. Hoạt động của từ tiếng Việt. Hà Nội; Khoa Học Xã Hội, 1978.

PL4374.D3 Orien Viet
80-984102

333 p.
Bibliography: p. 322–28.
Errata slip inserted.

221
Đăm Di đi săn. Kdăm Yi hiu mnăh: trường ca Ê-đê; Y Đứp và Nông Phúc Tước sưu tầm, phiên dịch, biên soạn. Hà Nội, Văn Hóa, 1979.

83-189006

130 p.

222
Đàm Quang Hậu, Danh-từ chuyên-khoa trong Việt-

ngữ. [Saigon] Đại Học, [1958]

PL4379.D36 Orien Viet
80-984309

112 p. (Tủ sách văn-học)

223
Đàm Văn Hiếu. Quyền và nghiã vụ cơ bản của công dân. Hà Nội, Pháp Lý, 1981.

85-104662

66 p.

224
Đàm Xuân Thiều *and* Trần Trọng San. Việt-văn độc-bản lớp đệ-nhị. In lần thứ 4. Saigon, Bộ Văn-hóa Giáo-dục, 1965.

PL4378.5.D35 1965 Orien Viet
83-192682

372 p. illus. (Tủ sách Trung-học)

225
Đảng Cộng Sản Việt-Nam. Ban chấp hành trung ương. Một số văn kiện của Trung ương Đảng về phát triển công nghiệp. Hà Nội, Sự Thật, 1980.

HD3616.V53D36 1980 Orien Viet
81-213490

232 p.

226
Đảng Cộng Sản Việt Nam. Ban Nghiên cứu lịch sử Đảng. Năm mươi năm hoạt động của Đảng cộng sản Việt Nam. Hà Nội, Sự Thật, 1979.

JQ298.D36D36 1979 Orien Viet
82-169479

318 p. illus.

227
Đảng Cộng Sản Việt Nam. Ban tổ chức trung ương. Nâng cao chất lượng sinh hoạt chi bộ: tài liệu dùng cho các chi bộ thảo luận để thực hiện. In lần thứ 2, có bổ sung và sửa chữa. Hà Nội, Sự Thật, 1979.

JQ898.D293D35 1979 Orien Viet
82-202404

26 p.

228
Đảng Cộng Sản Việt Nam. Đại hội (4th: 1976: Hanoi, Vietnam). Nghị quyết đại hội đại biểu toàn quốc lần thứ IV. Hà Nội, Sự Thật, 1977.

JQ898.D293D355 1976 Orien Viet
83-137215

94 p.
"Đảng cộng sản Việt-Nam"—cover.

229
Đảng Cộng Sản Việt Nam. Đại hội (4th 1976: Hanoi,

Vietnam) Tham luận tại Đại hội Đại biểu Toàn quốc lần thứ IV của Đảng cộng sản Việt-Nam từ ngày 14 tháng 12 đến ngày 20 tháng 12 năm 1976. Hà Nội, Sự Thật, 1977.

JQ898.D293D355 1976a Orien Viet
83-188951

224 p.

230
Đảng Cộng Sản Việt Nam. Điều lệ Đảng cộng sản Việt-Nam (do Đại hội biểu toàn quốc lần thứ IV thông qua). [Hà Nội] Ban Chấp Hành Trung Ương [1977]

JQ898.D293D355 1977 Orien Viet
83-180746

147 p.

231
Đảng Cộng Sản Việt Nam. Một số văn kiện của Đảng về công tác giáo dục lý luận và chính trị: tài liệu học tập nghiệp vụ huấn học lớp trung cấp. Hà Nội, Sách Giáo khoa Mác—Lê-nin, 1978.

LA1186.D36 1978 Orien Viet
82-101504

389 p.
"Lưu hành nội bộ."
Errata slip inserted.
Includes bibliographical references.

232
Đảng Cộng Sản Việt-Nam. Ban chấp hành trung ương. Một số văn kiện của Trung ương Đảng về phát triển công nghiệp. Hà Nội, Sự Thật, 1980.

HD3616V53D36 1980 Orien Viet
81-213490

232 p.

233
Đặng Hải Lâm. Bước ngoặt: tiểu thuyết. Hà Nội, Lao động, 1982.

PL4378.9.D314B8 1982 Orien Viet
83-182348

256 p.

234
Đảng Lao Động Việt Nam. Ban chấp hành trung ương. Văn kiện Đảng về công tác thành vận: từ năm 1930 đến năm 1968. In lần thứ 2 có bổ sung. Hà Nội, Thanh Niên, 1969.

HQ799.V5D36 1969 Orien Viet
81-213023

159 p.
Includes bibliographical references.

235
Đảng Lao Đông Việt-Nam. Ban nghiên cứu lịch sử Đảng. Chủ tịch Hồ-Chí-Minh: tiểu sử và sự nghiệp. In lần thứ 2, có sửa chữa và bổ sung. Hà Nội, Sự Thật, 1972.

DS560.72.H6D36 1972 Orien Viet
79-984096

169 p. illus:

236
Đặng Mộng Lân *and* Ngô Quốc Quýnh. Tự điển vật lý Anh-Việt. Hà Nội, Khoa Học và Kỹ Thuật, 1976.

QC5.T78 Orien Viet
79-984431

439 p.
Added t.p.: English-Vietnamese physics dictionary.

237
Đặng Nghiêm Vạn *and* Đinh Xuân Lâm. Diễn Biên trong lịch sử. Hà Nội, Khoa Học Xã Hội, 1979.

DS559.93.D53D36 Orien Viet
81-203168

253 p. illus.
Includes bibliographical references.

238
Đặng Nghiêm Vạn *and others*. Các dân tộc tỉnh Gia Lai-Công Tum. Hà Nội, Khoa Học Xã Hội, 1981.

83-145121

342 p. illus.

239
Đặng Ngọc Thanh. Khu hệ động vật không xương sống nước ngọt Bắc Việt Nam. Hà Nội, Khoa Học và Kỹ Thuật, 1980.

QL313.D26 Orien Viet
81-173155

464 p. illus.

240
Đặng Ngọc Thanh, Thái Trân Bái, *and* Phạm Văn Miên. Định loại động vật không xương sống nước ngọt bắc Việt Nam; Đặng Ngọc Thanh, chủ biên. Hà Nội, Khoa Học và Kỹ Thuật, 1980.

QL313.D25 1980 Orien Viet
84-126412

573 p. illus.
Bibilography: p. 570–73.

241
Đặng Phùng Quân and Nguyễn Văn Sâm. Miền thượng uyển xưa: tập truyện ngắn. Orange, CA, Bách Việt, 1983.

PL4378.9.D317M5 1983 Orien Viet
84-130354

242
Đặng Quốc Bảo. Mấy vấn đề cơ bản về công tác thanh niên hiện nay. Hà Nội, Sự Thật, 1981.

HQ799.V5D355 1981 Orien Viet
82-173465

83 p.

243
Đặng T. Xuân Mai. Tình thơ trong mắt ngọc, của Đặng T. Xuân Mai (Thị Xuân Mai). Culver City, CA, Tiểu Thuyêt Nguyệt San [1981]

PL4378.9.D32T5 1981 Orien Viet
83-151806

72 p. illus. (Tủ sách văn học)

244
Đặng Thái Hoàng. Hà-Nội nghìn năm xây dựng. [s.l.] Hà Nội, 1980.

DS559.93.H36D36 1980 Orien Viet
83-114298

95 p. illus.

245
Đặng Thái Hoàng. Lược khảo nghệ thuật kiến trúc thế giới. Hà Nội, Văn Hóa, 1976.

MLCS82/5955
82-179361

262 p. illus.

246
Đặng Thái Mai. Tác phẩm. v. [1]+ Hà Nội, Văn Học, 1978+

PL4378.D28 Orien Viet
80-984079

port.
Errata slip inserted.

247
Đặng Thanh Lê. Truyện kiều và thể loại truyện nôm. Hà Nội, Khoa Học Xã Hội, 1979.

82-165173

287 p.

248
Đặng Thê Bính *and others*. Tự điển Anh-Việt hiện đại. Modern English-Vietnamese dictionary. Hong Kong, Lee Man Pub., Distributed by Lee Yuen Subscription Agencies, 1982.

PL4376.T77 1982 Orien Viet
82-205066

1959 p.
Bibliography: p. [11]

249
Đặng Thị Hạnh. Vích-to Huy gô. Hà Nội, Văn Hóa, 1978.

PQ2293.D24 Orien Viet
81-173070

263 p. illus., plates.
Bibliography: p. 265.

250
Đặng Trần Côn. Chinh-phụ ngâm. Nguyên-tác Hán-văn của Đặng-Trần-Côn; Đoàn-Thị-Điểm diễn nôm; Đào-Đăng-Vỹ, Bùi-Hữu-Sủng, Hà-Mai-Phương sao lục và giới thiệu. Campbell, CA, Việt-Nam Thư-Xã, c1980.

PL4378.9.D33C532 1980 Orien Viet
84-161193

53 p.

251
Đặng Văn Lung, Hồng Thao, and Trần Linh Qúy. Quan họ: nguồn gốc và quá trình phát triển [biên tập, Hoàng thị Đậu]. Hà Nội, Khoa Học Xã Hội, 1978.

ML3758.V5D3 1978 Orien Viet
81-143894

illus., plates.
Bibliography: p. 517–523

252
Đào Cảng. Buồm trong phố: thơ. Hà Nội, Lao Động, 1978.

MLCS83/5345 (P)
83-113762

77 p.

253
Đào Công Vũ. Người cộng sản trẻ tuổi của Đào Công Vũ. Hạt giống của Xuân Tùng, Trần Hữu Thung. Hà Nội, Văn Hóa, 1980.

MLCS83/5274 (P)
83-117169

278 p.

254
Đào Duy Kỳ. Những người sống mãi. Hà Nội, Vụ Văn Hóa Đại Chung, 1956.

HX400.5.A6D36 Orien Viet
81-984058

29 p. (Loại sách văn nghệ đại chúng)

255
Đào Duy Tùng. Bản chất cách mạng và khoa học của Đảng ta: nghiên cứu văn kiện Đại hội Đảng lần

thứ IV. Hà Nội, Sự Thật, 1978.

JQ898.D293D36 1978 Orien Viet
82-169938

95 p.
Includes bibliographical references.

256
Đào Hồng Cẩm and Xuân Đức. Vì tổ quốc: kịch chín cảnh. Hà Nội, Quân Đội Nhân Dân, 1980.

PL4378.9.D337V5 1980 Orien Viet
83-116900

104 p.

257
Đào Thắng. Điểm cao thành phố: tiểu thuyêt. [Hà Nội] Thanh Niên, 1981.

PL4378.9.D338D5 1981
85-200868

217 p.

258
Đào Thiêm. Tổ chức và quản lý sản xuất xí nghiệp công nghiệp quốc doanh: dùng trong các trường trung học chuyên nghiệp. Hà Nội, Đại Học và Trung Học Chuyên Nghiệp, 1980.

HD4300.5.D36 1980 Orien Viet
83-177929

311 p. illus.

259
Đào Văn Hội. Lịch-trình hành-chánh Nam-phần. [s.l., s.n.] 1961 (Chợ Quán, Văn Khoa).

JQ824.D36 Orien Viet
80-984317

87 p.
Errata slip inserted.
Bibilography: p. [3]

260
Đào Văn Tập. Tự-điển Việt-Nam phổ-thông. Saigon, Nhà Sách Vĩnh Bảo, c1951.

PL4377.D35 Orien Viet
78-984097

727 p.
Includes bibliographical references.

261
Đào Văn Tiên. Đất nước Hoa Chăm Pa. [Hà Nội] Thanh Niên, [1981]

DS555.382.D36 1981 Orien Viet
84-158139

116 p.

262
Đào Vũ. Bí thư cấp huyện: truyện. [s.l.] Tác Phẩm

Mới, Hội Nhà Văn Việt Nam, 1983.
PL4378.9.D34B5 1981 Orien Viet
84-241610
169 p.

263
Đào Vũ. Lưu lạc: tiểu thuyết. [Hà Nội] Phụ Nữ, 1973.
PL4378.9.D34L8 1973 Orien Viet
83-142019
205 p.

264
Đào Xuân Qúy. Đất này—năm tháng: thơ. Hà Nội,
Văn Học, 1972.
MLCS82/10958 (P)
82-225114
89 p.

265
Đập tan chiến tranh tâm lý của bọn bành trướng Bắc
Kinh. Hà Nội, Sự Thật, 1981.
DS556.58.C5D36 1981 Orien Viet
84-125706
86 p.

266
Đất đất chi lăng người người dũng sĩ. Hà Nội, Thanh
Niên, 1979.
MLCS82/5238
82-165538
143 p.

267
Đêm nay . . . ngày mai: tập kịch ngắn chống Mỹ, cứu
nước. Hà Nội, Văn Hóa, 1975.
PL4378.7.D4 Orien Viet
80-984009
379 p.

268
Địa-lý, lớp nhì. [s.l.] Bộ Giáo-dục, 1966.
DS556.38.D53 1966 Orien Viet
83-153214
184 p. illus.

269
Điện và lời chào mừng đại hội lần thứ IV Đảng cộng
sản Việt-Nam. Hà Nội, Sự Thật, 1977.
JQ298.D36D54 1977 Orien Viet
83-140349
389 p.

270
Điêu Chính Nhìm. Păp san khhãm Pák Tãy-Kẹo-Eng;
Ngũ-vựng Thái-Việt-Anh; Tai-Vietnamese-English

vocabulary; [compiled] by Điêu Chính Nhìm le Jean
Donaldson. Saigon, Bộ Giáo-Dục, 1970.
84-191043
476 p. illus (Tủ sách Ngôn-ngữ dân-tộc thiểu-sô
Việt Nam; cuốn 4)

271
Điều tra gia đình vùng thôn quê năm 1971 tại 16 tỉnh
ở Việt Nam. Population survey in rural areas in Viet
Nam 1971. Việt-Nam Cộng-Hòa. Bộ Kê Hoạch và
Phát Triển Quốc Gia. Saigon, Viện Quốc Gia Thông
Kê, 1973.
HB2524.5.A3D53 1973 Orien Viet
83-188323
40 p.

272
Đinh Gia Khánh *and others*. Điển cố văn học. Hà Nội,
Khoa Học Xã Hội, 1977.
PL4379.D53 Orien Viet
80-984162
441 p.
Errata slip inserted.

273
Đinh Gia Khánh, Bùi Duy Tân, *and* Mai Cao
Chương. Văn học Việt Nam. v. [1]+ Hà Nội, Đại
Học và Trung Học Chuyên Nghiệp, 1978+
PL4378.D47 Orien Viet
80-984109
Includes bibliographical references.
Contents.—tập 1. Thế kỷ thứ X, nửa đầu thế kỷ
thứ XVIII.

274
Đình Kính. Đảo mùa gió. Hà Nội, Quân Đội Nhân
Dân, 1981.
PL4378.9.D486D3 1981 Orien Viet
84-126910
141 p.

275
Đình Kính. Sóng cửa sông: truyện. Hà Nội, Quân Đội
Nhân Dân, 1978.
PL4378.9.D486S6 Orien Viet
80-984182
179 p.
Errata slip inserted.

276
Đinh Ngọc Ẩn *and others*. Địa-lý: lớp nhì; hoạ-sĩ, Lê
Vĩnh Phát. [s.l.] Bộ Giáo-dục, 1966.
DS556.38.D53 1966 Orien Viet
83-153214
184 p. illus.

277
Đinh Quang. Nghệ thuật biểu diễn hiện thực tâm lý. Hà Nội, Văn Hóa, 1978.

PN2061.D52 1978 Orien Viet
81-203177

403 p.

278
Đinh Tuân. Nơi đây vẫn quê người. Houston, TX, Trái Tim, [1982]

PL4378.9.D54N6 1982 Orien Viet
84-166013

70 p. illus.

279
Đỗ Chu. Đám cháy trước mặt: tiểu thuyết. Hà Nội, Thanh Niên, 1973.

PL4378.9.D55D3 1973 Orien Viet
83-185595

237 p.

280
Đỗ Chu. Nơi con đường gặp biển: tập truyện ngắn. Hà Nội, Phụ Nữ, 1978.

PL4378.9.D55N6 Orien Viet
80-984159

72 p.

281
Đỗ Chu. Vòm Trời quen thuộc. Hà Nội, Thanh Niên, 1969.

PL4378.9.D55V6 1969 Orien Viet
83-181801

111 p.

282
Đỗ Đức Dục. Chủ nghĩa hiện thực phê phán trong văn học phương tây. Hà Nội, Khoa Học Xã Hội, 1981.

PN3499.D6 1981 Orien Viet
83-145029

255 p.
Bibliography: p. 253–54.

283
Đỗ Đức Hiểu. Phê phán văn học hiện sinh chủ nghĩa. Hà Nội, Văn Học, 1978.

PN49.D57 1978 Orien Viet
82-167233

262 p.
Errata slip inserted.
Includes bibliographical references.

284
Đỗ Hồng Chung, Nguyễn Hải Hà, *and* Nguyễn Trường Lịch. Lịch sử văn học Nga. v. [1] Hà Nội,

Đại Học và Trung Học Chuyên Nghiệp, 1982.

PG2959.D6 1982 Orien Viet
84-247963

illus.

285
Đỗ Hữu Du. Sổ tay công tác thư viện thiếu nhi. Hà Nội, Văn Hóa, 1980.

Z718.1.D6 1980 Orien Viet
82-216567

190 p. illus.

286
Đỗ Hữu Thức *and* Dương Tấn-Bé. Tự-điển Nhật-Việt-Anh. Japanese-Vietnamse [sic] English dictionary. [Wa-Etsu-Eị jiten] Tokyo, Japan, Tổ Hợp Xuất Bản Việt Nam [1980]

PL678.D6 1980 Orien Viet
83-122706

22, 722 p.
Cover title.
Reprint. Originally published: 1973.

287
Đỗ Nguồn: thi tập của Nguyễn Quang Nhạ (Tô-Giang-Tử). In lần thứ 1. Seattle, WA, Tủ Sách Hoa Bút, 1983.

PN6099.D6 1983 Orien Viet
84-132727

84 p. illus.

288
Đỗ Như Khánh. Mấy kinh nghiệm vận động tổ chức thi đua của công đoàn cơ sở. Hà Nội, Lao Động, 1981.

HC444.Z9S63 1981 Orien Viet
84-125293

83 p.

289
Đỗ Nhuận. Người tạc tượng: nhạc kịch ba màn. Hà Nội, Quân Đội Nhân Dân, 1972.

PL4378.9.D555N4 1972 Orien Viet
83-182801.

94 p. illus.
Play with music; includes unaccompanied melodies with Vietnamese words.

290
Đỗ Quảng. Đường trên biển mang tên Bác. [Hà Nội] Phổ Thông, 1978.

DS558.7.D6 Orien Viet
80-984192

129 p. illus.

291
Đỗ Quang Tiến. Trên từng cánh lá: tiểu thuyết. Hà Nội, Phụ Nữ, 1978.
PL4378.9.D56T7 Orien Viet
80-984096
369 p.

292
Đỗ Quang Tiến. Vòm trời biên giới: tuổi trẻ Lê Quảng Ba: truyện [s.l.] Việt Bắc, 1972.
PL4378.9.D56V6 Orien Viet
80-984112
331 p.

293
Đỗ Quang Tiến. Vùng cao: truyện. In lần thứ 2, có sửa chữa. Hà Nội, Phụ Nữ, 1975.
PL4378.9.D56V8 1975 Orien Viet
80-984114
251 p.

294
Đỗ Tất Lợi. Dược liệu học và các vị thuốc Việt Nam. In lần thứ 2.
RS180.V5D587 1983 Orien Viet
82-212833
illus. v. [2]+ Hà Nội, Y Học [1963]+
Includes indexes.
Bibliography: v. 2, p. 654–655.

295
Đỗ Tất Lợi. Những cây thuốc và vị thuốc Việt Nam. In lần thứ 3, có sửa chữa và bổ sung. Hà Nội, Khoa Học và Kỹ Thuật, 1977.
RS180.V5D59 Orien Viet
79-984341
1182 p. illus.
Includes indexes.
Bibliography: p. 1166–72.

296
Đỗ Thị Hảo *and* Mai Thị Ngọc Chúc. Các Nữ thần Việt Nam: truyện. Hà Nội, Phụ Nữ, 1984.
PL4378.9.D567C3 1984 Orien Viet
85-198983
158 p.

297
Đỗ Tôn. Hoa vông vang. [s.l., s.n., 19   ]
MLCS82/9862 (P)
82-219089
180 p.

298
Đỗ Trọng Huế. Hương trà. [Saigon] Hoa-Lư [1968]
GT2905.D6 Orien Viet
80-984184
202 p. illus.

299
Đỗ Trọng Nguyên. Tự-điển Thành-ngữ Anh. A dictionary of English idioms. [Saigon] Khai Trí [1960]
PE1460.D6 Orien Viet
80-984168
415 p.

300
Đỗ Vĩnh Bảo. Bông hoa lừa trắng; bìa và minh họa của Huy Toàn. Hà Nội, Kim Đồng, 1981.
PZ90.V5D55 1981 Orien Viet
84-162396
98 p. illus.

301
Đỗ Vĩnh Bảo, Nguyễn Đắc Xuân, *and* Nguyễn Bảo. Đất đang gieo: truyện và ký. [Hà Nội] Tác Phẩm Mới, 1979.
PL4378.9.D575D3 1979 Orien Viet
82-166726
255 p.

302
Đỗ Xuân Hợp., Giải phẫu chức năng và ứng dụng chi trên, chi dưới. Hà Nội, Y Học, 1981.
QM100.D6 1981 Orien Viet
83-163643
133 p. illus.

303
Đoàn Nhật Tân. Chúng ta đi về đâu; khảo luận. [Saigon] Thời Mới [1969]
GN357.D62 Orien Viet
80-984034
161 p.
Includes bibliographical references.

304
Đoàn Thanh niên cộng sản Hồ Chí Minh. Hỏi đáp về lịch sử đoàn. [Thành phố Hồ Chí Minh] Thanh Niên, [1977]
HQ799.V5H66 1977 Orien Viet
83-189543
95 p.

305
Đoàn Thiện Thuật. Ngữ âm tiếng Việt Nam. Hà Nội,

Đại Học và Trung Học Chuyên Nghiệp, 1977.
PL4374.D63 Orien Viet
79-984327

373 p. illus.
Bibliography: p. 346–65.

306
Độc Hành. Nỗi đau làm người: thơ. Los Angeles, Văn
Nghệ, [1979?]
PL4378.9.D66N6 Orien Viet
80-984384

67 p. illus.
Cover title.

307
Độc lập dân tộc và chủ nghiã xã hội: ngọn cờ bách
chiến, bách thắng của cách mạng Việt Nam; nghiên
cứu văn kiện Đại hội Đảng lần thứ IV. Hà Nội, Sự
Thật, 1979.
HX400.5.A6D62 1979 Orien Viet
82-245057

71 p.
Includes bibliographical references.

308
Độc tấu thơ: sáng tác và biểu diễn. Tựa của nhà thơ
Thanh Tịnh. Hà Nội, Văn Hoá, 1978.
82-166979

221 p. illus, plates.

309
Đòn bút: tập thơ trào phúng đánh Mỹ. Hà Nội, Tác
Phẩm Mới, Hội Nhà Văn Việt Nam, 1981.
PL4378.6.D66 1981 Orien Viet
84-241622

86 p.

310
Đơn vị anh hùng và anh hùng lực lượng vũ trang nhân
dân; đợt tuyên dương, 14-10-1976. [Hà-Nội] Phổ

Thông [1977]
DS557.72.D68 1977 Orien Viet
84-172506

138 p.

311
Đồng chí Tôn Đức Thắng: người chiến sĩ cộng sản
kiên cường, mẫu mực [của] ban nghiên cứu lịch sử
Đảng trung ương. Hà Nội, Sự Thật, 1982.
DS560.72.T66D66 1982 Orien Viet
83-146038

55 p.
Includes bibliographical references.

312
Đông Ngàn. Thơ vui như Tết. [s.l.] Đông Ngàn, 1982.
PL4378.9.D67T47 1982 Orien Viet
85-122334

167 p.

313
Đức Hoài. Một nhà khoa học yêu nước; bìa và minh
họa của Tín Nhượng, Nghiêm Trọng Cường. In lần
thứ 2 Hà Nội, Kim Đồng, 1978.
PZ90.V5D78 1978 Orien Viet
80-984067

151 p. illus. port.

314
Đường vào khoa học. v. [5]+ [s.l.] Thanh Niên
[1980]+
Q162.D9 1980 Orien Viet
82-215178

illus.

315
Đường vào: tập thơ. [Hà Nội] Lao Động, 1968.
MLCS82/7676
82-192642

81 p.

E

316
Em học địa-lý: lớp ba. [Saigon] Bộ Giáo-dục, 1965.
G126.E447 1965 Orien Viet
83-153177

111 p. illus.

G

317
Gia-đình ông Bá, lớp tư: phần chỉ nam. [Saigon] Bộ Quốc-gia Giáo-dục, 1960.

JQ284.G53 1960 Orien Viet
83-191863

135 p. (Công-dân giáo-dục; tập 2)

318
Gia-đình ông Bá, lớp tư: phần học-sinh. [s.l.] Bộ Quốc-gia Giáo-dục, 1960.

JQ883.G53 1960 Orien Viet
84-194366

149 p. illus. (Sách Công-dân bậc tiểu-học)

319
Giai đoạn mới trong quan hệ Việt Nam-Liên Xô. Hà Nội, Sự Thật, 1978.

82-183477

43 p. illus.

320
Giải thích một số từ ngữ trong báo cáo chính trị tại Đại hội lần thứ IV của Đảng [của] Vụ biên soạn, Ban tuyên huấn trung ương. Hà Nội, Sách giáo khoa Mác— Lê-Nin, 1978.

82-104364

301 p.

321
Giàng A Páo *and* Lâm Tâm. Truyền thống của dân tộc Mèo đoàn kết đầu tranh bảo vệ tổ quốc Việt Nam. Menhx cxux hmongz thoanx chex touy txenhz le yoanx thongr. Hà Nội, Văn Hóa, 1979.

82-155765

71 p.

322
Giang Hà Vy *and* Tùng Sơn. Yết Kiêu: truyện ký lịch sử. [Thành Phố Hồ Chí Minh] Thanh Niên [1982]

PL4378.9.G48Y4 1982 Orien Viet
83-182640

263 p.

323
Giang Nam. Hạnh phúc từ nay: thơ. [Hà Nội] Tác Phẩm Mới, 1978.

PL4378.9.G5H3 Orien Viet
80-984160

116 p.

324
Giang Nam. Người anh hùng Đồng Tháp: thơ và trường ca [s.l.] Giải Phóng, 1969.

MLCS83/5273 (P)
83-117418

101 p.

325
Giảng văn, của khoa ngữ văn đại học sư phạm Hà Nội; biên tập, Lương Văn Đang, Đinh Thái Hương. v. [2]+ Hà Nội, Đại Học và Trung Học Chuyên Nghiệp, 1982+

PL4378.A53 1982 Orien Viet
83-146007

326
Giát Hương trở về: tập truyện và ký. Hà Nội, Quân Đội Nhân Dân, 1984.

PL4378.8.G48 1984 Orien Viet
85-226294

180 p.

327
Giới thiệu tác phẩm, 1976–77. [Hà Nội] Văn Học [1978]

PL4378.G47 1978 Orien Viet
82-173248

75 p.
Errata slip inserted.

328
Giữ gìn sự trong sáng của tiếng Việt về mặt từ ngữ. v. [1–2]+ Hà Nội, Khoa Học Xã Hội, 1981+

PL4371.G58 1981 Orien Viet
83-145304

329
Góp phần nghiên cứu: bản lĩnh, bản sắc các dân tộc ở Việt Nam. Hà Nội, Khoa Học Xã Hội, 1980.

DS556.45.M6G66 1980 Orien Viet
83-138336

327 p. illus.

330
Góp phần tìm hiểu đường lối kinh tế của Đảng. Hà Nội, Sự Thật, 1981.

HC444.G66 1981 Orien Viet
83-146032

88 p.

331
Gương chiến đấu của những người cộng sản. Xuất bản lần thứ 3 có sửa chữa và bổ sung. Hà Nội, Sự Thật, 1965.

DS556.8.G86 1965 Orien Viet
83-180765

101 p.

H

332
Hà Ân. Người Thăng Long: tiểu thuyết lịch sử. [s.l.]
Hà Nội, 1980.
PL4378.9.H24N5 1980 Orien Viet
84-158121
367 p.

333
Hà Ân. Nguyễn Trung Trực; bìa và minh họa của Tạ
Thúc Bình. In lần thứ 2. Hà Nội, Kim Đồng, 1977.
MLCS83/5343 (P)
95 p. illus.

334
Hà Ân. Trên sông truyền hịch; bìa và minh hoạ của
Phan Thông. Hà Nội, Kim Đồng, 1973.
PZ90.V5H26 1973 Orien Viet
83-182802
141 p. illus.

335
Hà Đình Cẩn. Những ngôi sao Ìt-Xa-La: truyện anh
hùng và chiến sĩ thi đua Quân đội giải phóng nhân
dân Lào. Hà Nội, Quân Đội Nhân Dân, 1980.
U54.L28H33 1980 Orien Viet
83-146635
179 p.

336
Hà Đình Cẩn. Quần đảo San Hô; bìa và minh họa,
Huy Toàn. Hà Nội, Kim Đồng, 1978.
MLCS82/10954 (P)
82-226268
78 p.

337
Hà Huy Giáp. Hồ Chủ Tịch với một vài vấn đề văn
hóa, văn nghệ. In lần thứ 2, có sửa chữa, bổ sung.
Hà Nội, Sự Thật, 1978.
DS556.42H27 1978 Orien Viet
82-163786
111 p.

338
Hà Lạc Dã Phu Việt Viêm Tử. Tử vi áo bí biện chứng
học. [Alexandria, VA, Lê Tư Vinh, 1979?]
BF1708.8.V5H3 1979 Orien Viet
79-984422
729 p. illus.

339
Hà Lạc Dã Phu Việt Viêm Tử. Tướng pháp áo bí diện

tướng học. [Alexandria, VA, Lê Tư Vinh, 1979?]
BF858.V53H3 1979 Orien Viet
79-984420
615 p. illus.

340
Hà Mai Phương. Địa-lý Việt-Nam. San Jose, CA, Mai
Hiên, c1979.
DS556.39.H3 1979 Orien Viet
83-136096
188 leaves illus.
Bibliography: leaves 183–88.

341
Hà Mai Phương. Lược-sử tiền tệ Việt-Nam. v. [1] +
Campbell, CA, Mai Hiên, c1983 +
CJ3596.H3 1983 Orien Viet
84-132578
illus.

342
Hà Mai Phương. Việt Nam kháng Pháp sử. [San Jose,
CA] Mai Hiên, c1979.
DS556.8.H3 Orien Viet
79-984048
154 leaves illus., map.

343
Hà Mai Phương *and others*. Việt-Nam thương-mại
niên-giám vùng Bay area. Vietnamese Bay Area
directory. Campbell, CA, Mai-Hiên, c1981.
F868.S156V53 1981 Orien Viet
82-147488
174 p. illus.

344
Hà Minh Đức. Chủ tịch Hồ Chí Minh, nhà thơ lớn
của dân tộc. Hà Nội, Khoa Học Xã Hội, 1979.
PL4378.9H5Z67 1979 Orien Viet
83-101331
278 p. illus., plates.
Bibliography: p. 275–76.

345
Hà Minh Tuấn. Vẻ đẹp bình dị: tiểu thuyết. [Hà Nội],
Văn Học [1977]
PL4378.9.H26V4 Orien Viet
80-984008
213 p.

346
Hà-nội, di tích và thắng cảnh; với sự cộng tác: Trần

An *and others*. [Hà Nội] Sở Văn Hóa Thông Tin
Hà-Nội [1972]

DS559.93.H36H3 1972 Orien Viet
83-188970

[104] p. chiefly illus.

354
Hà Xuân Trường. Dưới ánh sáng Đại hội IV của
Đảng: tiểu luận và phê bình. [s.l.] Tác Phẩm Mới,
1978.

DS559.912H3 1978 Orien Viet
82-158891

141 p.

347
Hà Văn Cầu. Hề chèo: chọn lọc. [In lần thứ 2]. Hà Nội,
Văn Hóa, 1977.

PL4378.3.H3 1977 Orien Viet
79-984354

322 p. illus., plates.

355
Hà Xuân Trường. Đường lối văn nghệ của Đảng: vũ
khí, trí tuệ, ánh sáng. In lần thứ 2, có bổ sung. Hà
Nội, Sự Thật, 1977.

HX521.H2 1977 Orien Viet
79-984123

295 p.
Includes bibliographical references.

348
Hà Văn Cầu. Mấy vấn đề trong kịch bản chèo. Hà Nội,
Văn Hóa, 1977.

PL4378.3.H34 Orien Viet
80-984138

228 p.

356
Hà Xuân Trường. Tiếp tục đấu tranh xóa bỏ tàn dư
"văn hóa" thực dân mới. Hà Nội, Sự Thật, 1979.

DS559.912.H33 1979 Orien Viet
82-173535

38 p.

349
Hà Văn Cầu, Hoàng Châu Ký, *and* Hoàng Như Mai.
35 năm sân khấu: ca kịch cách mạng. Hà Nội, Văn
Hóa, 1980.

PN2895.V5H3 1980 Orien Viet
83-135534

155 p.

Hải Thương Lãn Ông;
see Lãn Ông

357
Hanoi 1960: kỷ niệm 15 năm thành lập nước Việt-
Nam Dân chủ Cộng Hòa, (1945–1960). [s.l.] Sở Văn
Hóa Hà-Nội, [196]

84-194683

143 p. illus.

350
Hà Văn Hóa. Đức-dục và công-dân giáo-dục. In lần
thứ 1. [Saigon] Bộ Quốc-gia Giáo-dục, 1960.

JQ883.H3 1960 Orien Viet
83-153148

(Bình-dân giáo-dục) 98 p. illus.

358
Hào Vũ. Đất không giấu mặt: tiểu thuyết. [s.l.] Tác
Phẩm Mới, Hội Nhà văn Việt Nam, 1983.

PL4378.9.H37D3 1983 Orien Viet
85-225667

251 p.

351
Hà Văn Thư, Phúc Tước, *and* Quốc Thăng. Hợp
tuyển thơ văn: các tác giả dân tộc thiểu số Việt Nam,
1945–1980; Nông Quốc Chấn, Viết lời tựa. Hà Nội,
Văn Hóa, 1981.

83-146644

430 p.

359
Harivarman. Thành-thật luận; dịch-giả Trí-Nghiêm.
Sàigòn, Tỳ-kheo Thích-Đăng-Quang, Trụ-trì Chùa
Hải-Tuệ Tổ Chức Ấn-tống, 2514 [1971]

84-135550

496 p. (Phật-giáo Việt-nam)

352
Hà Việt. Hãy tiếp tục cảnh giác với bọn CIA. Hà Nội;
Quân Đội Nhân Dân, 1978.

DS556.9.H3 Orien Viet
80-984161

78 p.

360
Hạt gạo nghĩa tình: ký, của nhiều tác giả. [s.l.] Hà Nội,
1979.

PL4378.8.H38 1979. Orien Viet
83-115508

177 p.

353
Hạ vui, hạ buồn của Vũ Trung Du. [United States]
Nhất sơn Pub., c1985.

PL4378.9.V864H3 1985 Orien Viet
85-61120

312 p. illus.

361
Hãy nhớ lấy lời tôi: thơ. Hà Nội, Thanh Niên, 1966.
PL4378.6H39 1966 Orien Viet
82-190385
143 p. illus.

362
Hình chạm trổ Việt-Nam: qua các thời đại. v. [1]+
Hà Nội, Mỹ Thuật [197-]+
NK9778.6.V5H56 1970z Orien Viet
83-189915
chiefly illus.

363
Hồ Chí Minh. Bài nói chuyện với đồng bào và cán bộ
Xã Đại-nghĩa (Hà-Đông). Hà Nội, Sự Thật, 1982.
HD2080.5.H58 1982 Orien Viet
85-195635
31 p. illus., plates.

364
Hồ Chí Minh. Các dân tộc đoàn kết bình đẳng giúp đỡ
nhau cùng tiến bộ = Puôz mênhx cxux thoangx
chêx finhx dăngv sik pangz mangx thôngx cxix nđê
trux. Bản in 2 ngữ, Hmông và Quốc ngữ. Hà Nội,
Văn Hoá, 1980.
82-217780
113 p.

365
Hồ Chí Minh. Các dân tộc đoàn kết, bình đẳng, giúp
đỡ nhau cùng tiến bộ = Cook dân tộc đoàn kết pèng
tăngs fị poong thểnh dòi tiến bô; bản in 2 ngữ, Dao
và Quốc ngữ. Hà Nội, Văn Hóa, 1980.
DS560.54.H618 1980 Orien Yao
82-149286
120 p.

366
Hồ Chí Minh. Chế độ xã hội chủ nghĩa là chế độ do
nhân dân lao động làm chủ. Hà Nội, Sự Thật, 1979.
HX400.5.A6H596 1979 Orien Viet
81-114793
131 p. port.

367
Hồ Chí Minh. Chiến tranh nhân dân Việt Nam. Hà
Nội, Quân Đội Nhân Dân, 1980.
DS556.8.H6 1980 Orien Viet
82-184196
471 p. plates, port.
Includes bibliographical references.

368
Hồ Chí Minh. Đạo đức là cái gốc của người cách

mạng. Hà Nội, Quân Đội Nhân Dân, 1970.
BJ1390.H57 1970 Orien Viet
82-158964
131 p. port.

369
Hồ Chí Minh. Hồ-Chí-Minh toàn tập. v. [1]+ Hà Nội,
Sự Thật, 1980+
DS560.72.H6A2 1980 Orien Viet
82-129137
illus., ports.
Contents.—tập 1. 1920–1925.

370
Hồ Chí Minh. Hồ-Chí-Minh tuyển tập. Hà Nội, Sự
Thật, 1980.
DS556.8.H62 1980 Orien Viet
81-151225
2 v. illus.
Contents.—v. 1. 1920–1954—v. 2. 1955–69.

371
Hồ Chí Minh. Lê-Nin và chủ nghĩa Lê-Nin. Hà Nội,
Sự Thật, 1982.
DS556.58.S65H6 1982 Orien Viet
83-144963
155 p. illus.

372
Hồ Chí Minh. Nhật ký trong tù. Hà Nội, Văn Hóa
Viện Văn Học, 1960.
PL2764.0115 Y818 1960 Orien Viet
84-209129
244 p. illus., plates.

373
Hồ Chí Minh. Những chặng đường lịch sử vẻ vang.
Hà Nội, Quân Đội Nhân Dân, 1973.
DS556.8.H624 1973 Orien Viet
82-129757
163 p. plates, port.

374
Hồ Chí Minh. Phát huy tinh thần cầu học cầu tiến bộ.
Hà Nội, Sự Thật, 1960.
LA1186.H63 1960 Orien Viet
83-984014
95 p. illus., port.
"Một số bài nói chuyện của Hồ Chủ Tịch ở các
lớp học chính trị và huấn thị về vấn đề huấn luyện và
học tập."

375
Hồ Chí Minh. Tám năm kháng chiến thắng lợi. [Hà

Nội] Sự Thật.

36 p.

"Trích những lời kêu gọi của Hồ Chủ tịch trong những dịp kỷ niệm Cách mạng tháng Tám và ngày Độc lập,"

376

Hồ Chí Minh. Thơ Hồ Chí Minh. Hà Nội, Giáo Dục, 1977

335 p. illus., plates.

377

Hồ Chí Minh. Văn hóa nghệ thuật cũng là một mặt trận. Hà Nội, Văn Học, 1981.

528 p. illus., plates.

378

Hồ Chí Minh. Về cách mạng xã hội chủ nghĩa và xây dựng chủ nghĩã xã hội. Hà Nội, Sự Thật, 1976.

236 p. port

379

Hồ Chí Minh. Về công tác Hậu cần quân đội. Hà Nội, Quân Đội Nhân Dân, 1970.

117 p. plates.
Includes bibliographical references.

380

Hồ Chí Minh. Về đạo đức cách mạng. Hà Nội, Sự Thật, 1976.

159 p.

381

Hồ Chí Minh. Về giáo dục thanh niên. Hà Nội, Thanh Niên, 1980.

455 p. illus., plates.

382

Hồ Chí Minh. Về Lê-nin và chủ nghĩa Lê-nin. Hà Nội, Sự Thật, 1977.

118 p. port.
Includes bibliographical references.

383

Hồ Chí Minh. Về liên minh công nông. Hà Nội, Sự Thật, 1977.

272 p. port.

384

Hồ Chí Minh. Về nhiệm vụ chống Mỹ, cứu nước. Hà Nội, Sự Thật, 1967.

121 p. port.

385

Hồ Chí Minh. Về vai trò và nhiệm vụ của thanh niên Hồ Chí Minh. Hà Nội, Sự Thật, 1978.

103 p. illus., plates, port.

386

Hồ Chí Minh. Về vần đề học tập. In lần thứ 2. Hà Nội, Sự Thật, 1977.

98 p.

387

Hồ Chí Minh. Về xây dựng Đảng. In lần thứ 3. Hà Nội, Sự Thật, 1980.

242 p. illus., plates.

388

Hồ Chí Minh. Vì độc lập tự do vì chủ nghĩa xã hội thanh niên ta hăng hái tiền lên. Hà Nội, Thanh Niên, 1970.

63 p. port.

389

Hồ Chủ tịch sống mãi trong sự nghiệp cách mạng của nhân dân Hà-Nội. [Hà Nội] Sở Văn Hóa Thông Tin Hà Nội, 1976.

ca. 100 p. chiefly illus.

390
Hồ Chủ tịch trong lòng nhân dân thế giới. Hà Nội, Sự
  Thật, 1979.
                        DS560.72.H6H63 1979 Orien Viet
                                            82-188748
  190 p.

391
Hồ Huyền Qui. Truyện trinh thử; Ưu-Thiên Bùi Kỷ
  hiệu-đính. Bruxelles, Thanh-Long [1980].
                  PL4378.9.H5415T7 1980 Orien Viet
                                            83-148846
  55 p. (Collection viêtnamienne; no. 4)

392
Hồ Khải Đại. Quê hương đồng đội: thơ. Hà Nội,
  Quân Đội Nhân Dân, 1980.
                  PL4378.9.H5416Q4 1980 Orien Viet
                                            83-181827
  56 p.

393
Hồ Lê. Vấn đề cấu tạo từ của tiếng Việt hiện đại. Hà
  Nội, Khoa Học Xã Hội, 1976.
                        PL4376.H6 Orien Viet
                                            81-203158
  390 p. illus.
  At head of title: Ủy Ban Khoa Học Xã Hội Việt
  Nam, Viện Ngôn Ngữ Học.
  Includes bibliographical references.

394
Hồ Phương. Biển gọi: tiểu thuyết. Hà Nội, Quân Đội
  Nhân Dân, 1979.
                  PL4378.9.H542B5 1979 Orien Viet
                                            83-182789
  341 p.

395
Hồ Phương. Những tiếng súng đầu tiên: tiểu thuyết.
  [Hà Nội] Hà Nội, 1980.
                        MLCS83/5347 (P)
                                            83-113595
  167 p.

396
Hồ Phương. Phía tây mặt trận: truyện và ký. [Hà Nội]
  Tác Phẩm Mới, 1978.
                  PL4378.9.H542P5 Orien Viet
                                            80-984358

397
Hồ Phương *and* Nguyễn Minh Châu. Núi rừng yên

tĩnh: truyện và ký. Hà Nội, Quân Đội Nhân Dân,
  1981
                                            85-108433

398
Hồ Thủy Giang *and others*. Hoa Phượng; bìa và minh
  họa, Thế Vy. Hà Nội, Kim Đồng, 1978.
                        MLCS83/10364 (P)
                                            83-107239
  82 p. illus.

399
Hóa học hữu cơ: lớp mười hai phổ thông. In lần thứ
  2, có sửa chữa. [s.l.] Giáo Dục Giải Phóng, 1976.
                        MLCS82/5094
                                            82-164410
  216 p. illus.

400
Hóa thạch đặc trưng ở miền Bắc Việt Nam [của] Tổng
  Cục Địa Chất, Viện Địa Chất và Khoáng sản; chủ
  biên, Dương Xuân Hảo. Hà Nội, Khoa Học và Kỹ
  Thuật, 1980.
                        QE756.V55 H6 1980 Orien Viet
                                            82-129186
  Bibliography: p. 270–71.

401
Hoa trăm miền: thơ. In lần thứ 1. v. [3] + Hà Nội, Văn
  Học [1978] +
                  PL4378.6.H615 1978 Orien Viet
                                            83-120696

402
Hoài Anh. Ngựa Ông đã về; bìa và minh họa của Trần
  Lương. Hà Nội, Kim Đồng, 1978.
                        PZ90.V5H617 Orien Viet
                                            80-984066
  illus.

403
Hoài Điệp Tử. Trên đầu sóng. [Norwalk, CA] Hải
  Ngoại, 1982.
                  PL4378.9.H5433T7 1982 Orien Viet
                                            85-134032
  199 p.

404
Hoài Lam. Tìm hiểu mỹ học Mác—Lê-Nin. Hà Nội,
  Văn Hóa, 1979.
                        BH41.H625 1979 Orien Viet
                                            83-146878
  283 p.

405
Hoài Thanh. Chuyện thơ. [Hà Nội] Tác Phẩm Mới, 1978.

PL4378.2.H56 1978. Orien Viet
82-165156

323 p.

406
Hoài Thanh. Phan Bội Châu: cuộc đời và thơ văn. [Hà Nội] Văn Hóa, 1978.

DS556.83.P46H6 Orien Viet
80-984302

211 p. illus.

407
Hoài Thanh. Phê bình và tiểu luận. v. [3]+ Hà Nội, Văn Học. [1971]+

PL4378.05.H56 1971 Orien Viet
84-145115

408
Hoài Vũ. Quê chồng: tập truyện. Hà Nội, Phụ Nữ, 1978.

PL4378.9.H5438Q4 Orien Viet
80-984305

202 p.

409
Hoài Vũ. Rừng dừa xào xạc: tập truyện ngắn. [Hà Nội] Tác Phẩm Mới, 1977.

PL4378.9.H5438R8 Orien Viet
80-984073

132 p.

410
Hoàn Nguyên. Thiền định theo pháp lý vô vi: một báu vật của thời đại. Mountain View, CA, Thiền Đường, [198]

BQ5618.V5H6 1980 Orien Viet
84-124465

2 v., illus.

411
Hoàng Anh Nhân, Vương Anh, and Bùi Thiện. Truyện cổ Mường. Hà Nội, Văn Hóa Dân Tộc, 1978.

GR313.5.M86T78 Orien Viet
80-984348

347 p.
Errata slip inserted.

412
Hoàng Bảo Châu and Trần Quốc Bảo. Xoa bóp dân tộc. Hà Nội, Y Học, 1982.

RM723.C5H63 1982 Orien Viet
83-144863

150 p. illus.

413
Hoàng Duy. Những điều cần biết tại Hoa-Kỳ. Gardena, CA, Bích-Sơn N. Hoàng [c1981]

E184.V53H6 1981 Orien Viet
82-148698

460 p. illus.

414
Hoàng Đạo. Con đường sáng: tiểu thuyết. Saigon, Khai-Trí, [1968]

PL4378.9.H545C5 1968 Orien Viet
80-984144

184 p.

415
Hoàng Đạo Thúy. Đi thăm đất nước. Hà Nội, Văn Hóa, 1978.

DS556.25.H6 Orien Viet
80-984063

529 p. illus., plates.
Errata slip inserted.

416
Hoàng Hạc and others. Đương qua mùa hoa đào: tập truyện ký. Hà Nội, Văn Hóa Dân Tộc, 1978.

MLCS83/5532 (P)
83-112765

146 p.

417
Hoàng Hải Thủy. Bạn và vợ: tiểu thuyết; [Los Alamitos, CA, Việt Nam, 1980?]

PL4378.9.H55B36 1980 Orien Viet
80-984220

208 p.
Reprint of the 1969 ed. published by Nhân Văn, Saigon.
Includes a reproduction of the t.p. of the 1969 ed.

418
Hoàng Hải Thủy. Bây giờ tháng mấy. [Los Alamitos, CA, Việt Nam, 1980?]

PL4378.9.H55B39 1980 Orien Viet
80-984210

255 p.
Reprint of the 1970 ed. published by Chiêu Dương, Saigon.
Includes a reproduction of the t.p. of the 1970 ed.

419
Hoàng Hải Thủy. Định mệnh đã an bài; tiểu thuyết. [Los Alamitos, CA, Việt Nam, 1980?]
        PL4378.9.H55D56 1980 Orien Viet
                80-984219
  464 p.
Reprint of the 1970 ed. published by Chương Dương, Saigon.
Includes a reproduction of the t.p. of the 1970 ed.

420
Hoàng Hải Thủy. Gái trọ: tiểu thuyết. Fort Smith, AR, Sông Mới [1980?]
        PL4378.9.H55G3 1980 Orien Viet
                82-109721
  295 p.
Reprint. Originally published: Saigon, Sông Mới, 1965.

421
Hoàng Hải Thủy. Hồng Loan hồng ngọc: tiểu thuyết gián điệp. [Lancaster, PA], Hồng, [1978?]
        PL4378.9.H55H6 Orien Viet
                79-984348
  291 p.

422
Hoàng Hải Thủy. Máu đen vàng đỏ: tiểu thuyết gián điệp [của] Ian Fleming; Hoàng Hải Thủy. Fort Smith, AR, Sông Mới [198]
        PL4378.9.H55M3 1980z Orien Viet
                84-130825
  285 p.

423
Hoàng Hải Thủy. Ngoài cửa thiên đường: tiểu thuyết phóng tác. [Los Alamitos, CA, Việt Nam, 1980?]
        PL4378.9.H55N48 1980 Orien Viet
                80-984217
  301 p.
Adaptation of Maldonne by P. Boileau.

424
Hoàng Hải Thủy. Người vợ mất tích. Los Alamitos, CA, Việt Nam, 1980?]
        PL4378.9.H55N49 1980 Orien Viet
                80-984341
  376 p.
Reprint of the 1970 ed. published by Chiêu-Dương, Saigon.
Includes a reproduction of the t.p. of the 1970 ed.

425
Hoàng Hải Thủy. Như chuyện thần tiên. [Glendale, CA] Tinh Hoa Miền Nam, [1980?]
        PL4378.9.H55N5 1980 Orien Viet
                80-984221
  382 p.
Adaptation of Scorpion reef by Charles Williams.

426
Hoàng Hải Thủy. Nổ như tạc đạn. [Los Alamitos, CA, Việt Nam, 1980?]
        PL4378.9H55N6 1980 Orien Viet
                80-984343
  191 p.
Reprint of the 1964 ed. published by Thái-Lai, Saigon.
Includes a reproduction of the t.p. of the 1964 ed.

427
Hoàng Hải Thủy. Trong vòng tay du đãng: tiểu thuyết. [Los Alamitos, CA, Việt Nam, 1980?]
        PL4378.9.H55T7 1980 Orien Viet
                80-984212
  501 p.
Adaption of No orchids for Miss Blandish by James Hadley Chase.
Reprint of the 1970 ed. published by Chiêu Dương, Saigon.
Includes a reproduction of the t.p. of the 1970 ed.

428
Hoàng Hải Thủy. Vòng tay yêu tinh. [Glendale, CA] Tinh Hoa Miền Nam, [1980?]
        PL4378.9.H55V6 1980 Orien Viet
                80-984211
  452 p.
Reprint of the 1970 ed. published by Chiêu Dương, Saigon.

429
Hoàng Hải Thủy. Yêu nhau bằng mồm: tiểu thuyết. [Los Alamitos, CA, Việt Nam, 1980?]
        PL4378.9.H55Y4 1980 Orien Viet
                80-984209
  184 p.
Reprint of the 1970 ed. published by Chiêu Dương, Saigon.
Includes a reproduction of the t.p. of the 1970 ed.

430
Hoàng Học. Tự điển Khơme-Việt. v. [2]+ Hà Nội, Khoa Học Xã Hội [1979]+
        PL4327.H595 Orien Viet
                82-102347

431
Hoàng Học. Tự điển Việt-Khơme. Hà Nội, Khoa Học

Xã Hội, 1977 [i.e., 1981]

PL4327.H6 Orien Viet
80-984173

2 v. 380 p. [v.l.], 590 p. [v.2]

432

Hoàng Khánh. Tìm hiểu quốc sách ấp chiến lược. [s.l.,
s.n.] 1962 (Saigon, Nhà in Nguyễn Bá Tòng)

DS556.9.H58 Orien Viet
80-984314

103 p. illus.

433

Hoàng Kim Quang. Vũ điệu trong bóng mờ của R. E.
Sherwood. Fort Smith, AR, Sống Mới [1980?]

Pl4378.H5515V8 1980 Orien Viet
83-120068

268 p.

Adaptation of: Waterloo Bridge by R. E. Sher-
wood.

434

Hoàng Lại Giang. Chuyện về những người bạn: tập
truyện ngắn. Hà Nội, Lao Động, 1979.

PL4378.9.H552C5 Orien Viet
81-211216

121 p.

435

Hoàng Lại Giang. Cửa Sava: tiểu thuyết. Hà Nội, Văn
Học, 1976.

PL4378.9.H552C8 Orien Viet
80-984010

197 p.

Errata slip inserted.

436

Hoàng Lê. Cách mạng Trung-quốc và chủ nghĩa Mao.
Hà Nội, Thông Tin Lý Luận, 1981.

DS777.75.H63 1981 Orien Viet
84-126448

81 p.

437

Hoàng Lê. Đánh bại giặc Nguyên: ký sự lịch sử. Hà
Nội, Thanh Niên, 1979.

PL4378.9.H5524D3 1979 Orien Viet
83-101343

179 p.

438

Hoàng Lê *and* Khổng Doãn Hội. Chủ nghĩa Mao
không có Mao. Hà Nội, Thông Tin Lý Luận, 1982.

DS779.26.H63 1982 Orien Viet
84-126440

347 p. illus.

Includes bibliographical references.

439

Hoàng Minh Châu. Anh có về thăm: thơ. In lần thứ 1.
Hà Nội, Văn Học, 1966.

PL4378.9.H553A83 1966 Orien Viet
83-116886

108 p.

440

Hoàng Minh Thảo. Chiến dịch Tây nguyên đại thắng.
Há Nội, Quân Đội Nhân Dân, 1977.

DS557.8.C4H6 1977 Orien Viet
84-209075

204 p. illus., plates.

441

Hoàng Minh Tường. Đầu sóng: tiểu thuyết. Hà Nội,
Lao Động, 1981.

MLCS82/9871 (P)
82-221232

234 p.

442

Hoàng Minh Tường. Đồng chiêm: tiểu thuyết. [Hà
Nội] Thanh Niên [1979]

MLCS82/3819
82-155783

454 p.

443

Hoàng Nam Hùng. Năm mươi năm cách-mạng hải-
ngoại: hồi-ký; Phạm-Giật-Đức biên-soạn. [s.l., s.n.]
1960 (Cholon, Hồng Phát)

DS556.93.H6A35 1960 Orien Viet
80-984146

247 p. illus.

444

Hoàng Ngọc Ẩn. Sài Gòn vĩnh biệt: thơ. [Missouri
City, TX] Tiểu Thuyết Nguyệt San, c1981.

PL4378.9.H5543S2 1981 Orien Viet
85-133687

71 p. illus., plates (Tiểu thuyết nguyệt san; số đặc
biệt 6).

445

Hoàng Ngọc Di. Góp phần tìm hiểu nghị quyết về cải
cách giáo dục. Hà Nội, Sự Thật, 1979.

LA1183.H63 1979 Orien Viet
83-146798

95 p.

446
Hoàng Ngọc Hà. Nhật ký cán bộ đoàn trong trường học. [Hà Nội] Thanh Niên, [1980]
MLCS83/2724 (P)
83-137022
338 p.

447
Hoàng Ngọc Tuấn. Học trò. Fort Smith, AR, Sông Mới [19   ]
PL4378.9H557H6 1900z Orien Viet
82-109725
293 p.

448
Hoàng Như Mai *and others*. Mấy suy nghĩ về nền văn học các dân tộc thiểu số ở Việt Bắc. [s.l.] Việt Bắc, 1976.
83-189545
158 p.

449
Hoàng Phê, Hoàng Văn Hành, và Đào Thản. Sổ tay dùng từ. Hà Nội, Khoa Học Xã Hội, 1980.
82-165167
123 p.

450
Hoàng Phủ Ngọc Tường. Rất nhiều ánh lửa: truyện và ký. [Hà Nội] Tác Phẩm Mới, Hội Nhà Văn Việt Nam, 1979.
PL4378.9.H558R37 Orien Viet
81-203178
131 p.

451
Hoàng Quốc Hải. Chiến lũy đá. [Hà Nội] Thanh Niên 197   ]
MLCS82/5091
82-164370
249 p.

452
Hoàng Quốc Hải. Con đường phía trước. Hà Nội, Phụ Nữ, 1977.
MLCS83/8003 (P)
83-137288
101 p.

453
Hoàng Quốc Trương. Phiêu sinh vật trong vịnh Nha Trang. v.1 + Saigon, Hải-học-viện Nha Trang, 1962 +
83-191983

illus. (Contribution/Hải-học-viện Nha Trang; no. 59

454
Hoàng Quyết. Truyện cổ Việt Bắc. [s.l.] Việt Bắc [19   ]
GR313.H62 Orien Viet
79-984401

455
Hoàng Thúc Trâm. Hán-Việt tân tự-điển. [Bản thứ 2] Saigon, Vĩnh Bảo, c1951.
PL4377.H55 1951 Orien Viet
79-984029
1505 p.

456
Hoàng Thụy Ba *and others*. Tự điển sản phụ khoa: đối chiếu Pháp-Việt. [Hà Nội] Viện Bảo Vệ Bà Mẹ và Trẻ Sơ Sinh, 1979.
RG45.T8 1979 Orien Viet
82-188739
329 p.

457
Hoàng Tích Linh. Gió chuyển mùa: kịch. Cánh võng Trường Sơn, chèo [của] Hồng Dương. Hà Nội, Văn Hóa, 1979.
PL4378.9.H5585G5 1979 Orien Viet
83-114330
170 p.

458
Hoàng Tô Nguyên. Từ nhớ đến thương: thơ. In lần thứ 1. [s.l.] Tác Phẩm Mới, 1977.
MLCS83/5349 (P)
83-113369
107 p.

459
Hoàng Trinh. Về khoa học và nghệ thuật trong phê bình văn học. Hà Nội, Khoa Học Xã Hội, 1980.
PN81.H63 1980 Orien Viet
85-107917
235 p.

460
Hoàng Trinh *and others*. Văn học, cuộc sống, nhà văn. Hà Nội, Khoa Học Xã Hội, 1978.
PL4378.05.V3 Orien Viet
80-984135
555 p.
At head of title: Viện Văn Học. Errata slip inserted. Includes bibliographical references.

461
Hoàng Trọng Phiến. Ngữ pháp tiếng Việt: câu. Hà
Nội, Đại Học và Trung Học Chuyên Nghiệp, 1980.
PL4374.H63 1980 Orien Viet
85-108774
305 p. illus.

462
Hoàng Trọng Thược. Hồ sơ vua Duy Tân; tựa của
Đào-Đăng-Vỹ. In lần thứ nhất. [s.l.] Thanh Hương,
1984.
DS556.83.D88H6 1984 Orien Viet
84-246769
351 p. illus.

463
Hoàng Trung Thông. Cuộc sống thơ và thơ cuộc sống:
tiểu luận, phê bình. Hà Nội, Văn Học, 1979.
PL4378.2.H59 1979 Orien Viet
82-173514
177 p.

464
Hoàng Tuấn Nhã. Ngọn lửa rực sáng. [Hà Nội] Thanh
niên, 197   ]
PL4378.9.H585N5 1978 Orien Viet
83-182351
138 p.

465
Hoàng Tùng. Hợp tác hóa con đường đưa nông thôn
đến no ấm và tự do. Hà Nội, Sự Thật [1959]
HD2080.5.H6 Orien Viet
80-984002
43 p.

466
Hoàng Tùng. Thế tiến công của ba dòng thác cách
mạng. Hà Nội, Sự Thật, 1978.
HX518.S8H59 1978 Orien Viet
82-167631
79 p.

467
Hoàng Tuyết Nhung. Hương hoa sữa: tập truyện
ngắn. Hà Nội, Văn Học, 1976.
PL4378.9.H586H8 Orien Viet
80-984362
98 p.

468
Hoàng Ước, Lê Đức Bình, and Trần Phương. Cách
mạng ruộng đất ở Việt-Nam. Hà Nội, Khoa Học Xã
Hội, 1968.
HD1333.V5H63.1968 Orien Viet
83-189564
387 p.
At head of title: Ủy ban khoa học xã hội Việt-
Nam, Viện Kinh tế.
Includes bibliographical references.

469
Hoàng Văn Bổn. Nhớ Phố phường: truyện. [s.l.] Hà
Nội, 1981.
PL4378.9.H59N48 1981 Orien Viet
85-106176
91 p.

470
Hoàng Văn Huyên. Tây Nguyên. Hà Nội, Văn Hóa,
1980.
83-144210
254. illus., plates.

471
Hoàng Văn Lương. Nắng lửa: truyện vừa. Hà Nội,
Lao Động, 1980.
MLCS83/5348 (P)
83-113765
161 p.

472
Hoàng Văn Ma, Lục Văn Pảo and Hoàng Chí. Từ
điển Tày-Nùng-Việt. Hà Nội, Khoa Học Xã Hội,
1974.
PL4251.T384H6 Orien Viet
79-984189
487 p.
At head of title. Ủy Ban Khoa Học Xã Hội Việt
Nam. Viện Ngôn Ngữ Học.
Errata slip inserted.

473
Hoàng Văn Ngưu and Đặng Đình Sửa. Hợp tác xã
định công từ sản xuất nhỏ đi lên. [Hà Nội] Nông
Nghiệp [1978]
HD1491.V52D565 1978 Orien Viet
82-167017
191 p.

474
Hoàng Văn Thái. Cuộc tiến công chiến lược Đông
Xuân, 1953–1954. Hà Nội, Quân Đội Nhân Dân,
1984.
DS553.1.H63 1984 Orien Viet
85-196825
152 p. illus., plates.
Includes bibliographical references.

475
Hoàng Việt Dũng. Đề-nghị một kê-hoạch cách-mạng
chông-cộng ở Việt-Nam. [s.l., s.n.] 1966 (Saigon,
Kim Lai Ấn Quán]

DS559.912.H63 Orien Viet
80-984316

55 p.

476
Hoàng Vũ Đ. V. Bông hồng đỏ: tập truyện. [s.l.] Búp
Bê, 1967.

PL4378.9.H595B6 1967 Orien Viet
85-130554

138 p.

477
Hoàng Xuân Chính và Nguyễn Ngọc Bích. Di chỉ
khảo cổ học Phùng Nguyên; Ủy ban khoa học xã hội
Việt Nam, Viện khảo cổ học. Hà Nội, Khoa Học Xã
Hội, 1978.

82-102215

173 p. illus.

478
Hoàng Xuân Nhị. Tìm hiểu đường lối văn nghệ của
Đảng và sự phát triển của văn học cách mạng Việt-
Nam hiện đại: giai đoạn cách mạng dân tộc dân chủ
nhân dân. In lần thứ 1. Hà Nội, Văn Học, 1975.

PL4378.05.H58 1975 Orien Viet
83-135864

286 p.

479
Học Phi. Hừng đông. Hà Nội, Lao Động, 1980.

PL4378.9.H62H8 1980 Orien Viet
84-127093

335 p.

480
Hội Cựu Chiến-Sĩ Việt-Nam. Lịch trình tiền triển. The
developments and achievements of the Vietnamese
Veterans Legion. [Saigon, 1956?]

UB359.V5H64 1956 Orien Viet
81-984012

14, 11 leaves.

481
Hỏi đáp về lịch sử Đoàn. [Thành Phố Hồ Chí Minh]
Thanh Niên [1977]

HQ799.V5H66 1977 Orien Viet
83-189543

95 p.

482
Hội nghị hiệp thương chính trị thống nhất Tổ quốc

(1975: Hồ Chí Minh City, Vietnam) Hội nghị hiệp
thương chính trị thống nhất tổ quốc. Hà Nội, Sự
Thật, 1975.

DS556.9.H64 1975 Orien Viet
84-196185

73 p.

483
Hội nghị học thuật về họa sĩ Nguyễn Phan Chánh
(1978: Hanoi, Vietnam). Hội nghị học thuật về họa
sĩ Nguyễn Phan Chánh. [Hà-Nội] Viện Nghiên Cứu
Mỹ Thuật [1979]

ND1014.63.N46H65 1978 Orien Viet
81-171107

113 p. illus.
Organized by Viện nghiên cứu mỹ thuật.

484
Hội nghị nghiên cứu thời kỳ lịch sử Hùng vương
(1968, Hà Nội, Vietnam) Hùng vương dựng nước;
Ủy ban Khoa học xã hội Việt Nam, Viện Khảo cổ
học. v. [1,4] Hà Nội, Khoa Học Xã Hội, 1970–[1974]

DS556.6H64 1968 Orien Viet
84-142753

485
Hội Nghị "Vấn Đề Thư Tịch Hán Nôm" (1978:
Hanoi, Vietnam). Thư tịch cổ và nhiệm vụ mới: kỷ
yêu Hội Nghị "Vấn Đề Thư Tịch Hán Nôm" ngày
28-4-1978 tại Hà Nội; Ủy ban khoa học xã hội Việt
Nam, Ban Hán Nôm. Hà Nội, Khoa Học Xã Hội,
1979.

81-203179

208 p.

486
Hội thoại Việt-Nga. Mát-xco-va, Tiếng Nga, 1981.

MLCS82/10950 (P)
82-221429

247 p.

487
Hỏi và đáp về công tác Đảng. v. [1] + Hà Nội, Sự Thật,
1980 +

JQ898.D293H36 1980 Orien Viet
83-141941

Contents.—tập 1. Về công tác đảng viên.

488
Hỏi và đáp về tình hình và nhiệm vụ trước mắt; Thuần
Phong biên soạn. Hà Nội, Sự Thật, 1982.

DS559.912.T49 1982 Orien Viet
85-194584

489
Hỏi và đáp về lịch sử Đảng. [Hà Nội] Thanh Niên [1978]

JQ898.D26H65 1978 Orien Viet
83-168773

206 p.
Errata slip inserted.

490
Hỏi và đáp về tình hình thế giới và chính sách đối ngoại của đảng. Hà Nội, Sự, Thật, 1983.

DS559.912 H646 1983 Orien Viet
84-244691

61 p.

491
Hồng Chương *and others*. Ra sức phấn đấu để có những thành tựu mới trong văn nghệ. Hà Nội, Sự Thật, 1980.

NX750.V5R3 1980 Orien Viet
83-138315

206 p.
Includes bibliographical references.

492
Hồng Đức quốc âm thi tập [của] Phạm Trong Điềm, Bùi Văn Nguyên phiên âm, chú giải, giới thiệu. In lần thứ 2 có sửa chữa. Hà Nội, Văn Học, 1982.

PL4378.6.H643 1982 Orien Viet
83-145654

282 p.

493
Hồng Dương. Chị Cán bộ hội: truyện ký. Hà Nội, Phụ Nữ, 1980.

MLCS82/7677
82-192644

66 p.

494
Hồng Dương. Đảo yêu thương; tiểu thuyết. Hà Nội, Phụ Nữ, 1978.

PL4378.9.H64D34 Orien Viet
80-984367

267 p.

495
Hồng Dương. Đây cũng là mặt trận, Hồng Dương chủ biên với sự cộng tác của Đào Cảng, Nguyễn Cường, Nguyễn Hùng. [Thành Phố Hồ Chí Minh] Thanh Niên [1981]

PL4378.9.H64D35 1981 Orien Viet
83-183882

135 p.

496
Hồng Dương *and others*. Lá mầm: tập truyện ký. Hà Nội, Phụ Nữ, 1978.

MLCS83/2503 (P)
83-114058

93 p.

497
Hồng Dương *and others*. Ở hai đầu đất nước: tập truyện ký. Hà Nội, Phụ Nữ, 1979.

MLCS82/5236
82-165548

85 p.

498
Hồng Hà. Bác Hồ trên đất nước Lê-Nin. [s.l.] Thanh Niên, 1980.

DS560.72.H6H65 1980 Orien Viet
83-189526

326 p. illus., plates.
Sequel to: Thời thanh niên của Bác Hồ.

499
Hồng Hà. Thời thanh niên của bác Hồ. [Hà Nội] Thanh Niên [1976]

DS560.72.H6H66 Orien Viet
79-984110

201 p. illus.

500
Hồng Nhu *and others*. Tiếng chim đổi mùa: truyện và ký. [s.l.] Tác Phẩm Mới, 1978.

MLCS83/5335 (P)
83-136188

293 p.

501
Hồng Quảng. Luận cương chính trị năm 1930: ngọn cờ độc lập dân tộc và chủ nghĩa xã hội của Đảng. Hà Nội, Sự Thật, 1982.

JQ824.H66 1982 Orien Viet
84-126500

125 p. illus., plates.

502
Hồng Vinh *and* Hồng Dương Hàm Châu. Chân trời xa: tập truyện ngắn. Hà Nội, Phụ Nữ, 1977.

PL4378.9.H66C5 1977 Orien Viet
83-185602

88 p.
Contents: Nơi đẹp tuổi xuân của Hồng Vinh—Người ở đứng về của Hồng Dương—Chân trời xa của Hàm Châu.

503

Hợp tuyển thơ văn Việt Nam. In lại lần 2 có sửa chữa bổ sung. v. [2–3, 6, pt. 1] Hà Nội, Văn Học [1976–1979]

PL4378.5.H6 1978 Orien Viet
82-213251

Contents—tập 2. Văn Học thế kỷ X-thế kỷ, XVII—tập 3. Văn học thế kỷ XVIII đến giữa thế kỷ XIX—tập 6, quyển 1. Văn học dân tộc ít người.

504

Hứa Văn Định. Mặt trẻ thơ: tiểu thuyết. [Hà Nội] Hà Nội, 1980.

MLCS82/10961 (P)
82-234829

209 p. (Tủ sách ngựa giống)

505

Hui-k'ai. Vô môn quan: 48 công án thiền; Thiền sư Vô Môn bình tụng; bản dịch của Trần Tuấn Mẫn. In lần thứ 1. Saigon, Lá Bối, 1972.

BQ 9289. H8419 1972 Orien Viet
84-248807

164 p. illus., plates.

506

Huình Tịnh Paulus Của. Dictionnaire annamite. Đại Nam quác âm tự vị. [Saigon] Khai Trí [1974] 2 v. in 1.

PL4377.H84 1974 Orien Viet
79-984016

Reprint of the 1895–96 ed. published by Rey, Curiol & Cie.

Includes a reproduction of the t.p. of the 1985 ed.

507

Hưng Thế Nguyên. Việt-giáo phục-hưng: giáo-lý cương-yếu. In lần thứ 1. Saigon, Ủy Ban Vận Động Thành lập Giáo Hội, 1967.

83-104144

142 p. illus., plates.

508

Hương Triều. Đất nước lại vào xuân: thơ. In lần thứ 1. [s.l.] Tác Phẩm Mới, 1978.

PL4378.9.H736D3 1978 Orien Viet
83-113721

129 p.

509

Hữu Mai. Bưu ảnh từ những vùng đất mới. Hà Nội, Quân Đội Nhân Dân, 1978.

PL4378.9.H74B8 Orien Viet
80-984181

203 p.

510

Hữu Mai. Cao điểm cuối cùng: tiểu thuyết. In lần thứ tư có sửa chữa. Hà Nội, Văn Học, 1984.

PL4378.9.H74C3 1984 Orien Viet
85-227597

380 p.

511

Hữu Mai. Con đường tới sân bay vũ trụ. Hà Nội, Quân Đội Nhân Dân, 1980.

PL4378.9.H74C6 1980 Orien Viet
83-189036

86 p. illus., plates.

512

Hữu Mai. Điện Biên Phủ: thời gian và không gian. [Hà Nội] Thanh Niên [1979]

PL4378.9.H74D5 Orien Viet
80-984368

143 p.
Errata slip inserted.

513

Hữu Mai. Điện Biên Phủ: thời gian và không gian. [s.l.] Thanh Niên [1984]

PL4378.9.H74D5 1984 Orien Viet
85-198215

130 p.

514

Hữu Mai. Phía trước là mặt trận: truyện và ký sự. In lần thứ 1. Hà Nội, Văn Học, 1966.

MLCS 83/2714 (P)
83-115593

151 p.

515

Hữu Mai. Trận đánh cuối cùng; tập truyện và ký. [Hà Nội] Tác Phẩm Mới, 1977.

PL4378.9.H74T7 Orien Viet
79-984330

175 p.

516

Hữu Mai *and* Hà Bình Nhưỡng. Những cánh chim đại bàng. [Hà Nội] Thanh Niên [1979]

PL4378.8.H87 Orien Viet
80-984369

128 p.

517

Hữu Quỳnh. Cơ sở ngôn ngữ học. v. [2]+ Hà Nội, Giáo Dục [1979]+

P121.H83 1978 Orien Viet
82-159170

At head of title: Bộ giáo dục, Cục đào tạo và bồi dưỡng.

"Dùng cho học sinh khoa Văn, khoa Ngoại ngữ các trường Cao đẳng sư phạm và các trường, lớp đào tạo bồi dưỡng giáo viên cấp II.

518

Hữu Quỳnh. Ngữ Pháp tiếng Việt hiện đại. Hà Nội, Giáo Dục, 1980.

PL4374.H88 1980 Orien Viet
82-189473

179 p.

519

Hữu Tâm *and others*. Đồng cỏ mùa lụt: tập truyện ký. Hà Nội, Phụ Nữ, 1974.

PL4378.8.D59 1974 Orien Viet
83-182796

88 p.

520

Hữu Thỉnh. Đường tới thành phố: trường ca. Hà Nội, Quân Đội Nhân Dân, 1979.

MLCS 83/5526 (P)
83-113430

75 p.

521

Huy Bảo. Một góc biên cương. Hà Nội, Kim Đồng, 1979.

MLCS82/5241
82-165509

85 p. illus.

522

Huy Bảo *and* Hoàng Đạo Chúc. Hoa đào đỏ: truyện ký về đồng chí Tô Hiệu. [Hà Nội] Thanh Niên [1978]

PL4378.9.H79H6 Orien Viet
79-984368

261 p.

523

Huy Cận. Ngôi nhà giữa nắng: thơ [Hà Nội] Tác Phẩm Mới, 1978.

PL4378.9.H8N46 Orien Viet
80-984132

118 p.

524

Huy Phương. Chùm me chín: tiểu thuyết. Hà Nội, Phụ

Nữ, 1978.

MLCS83/5346 (P)
83-113639

151 p.

525

Huy Phương. Ngã ba: truyện. [Hà Nội] Phụ Nữ, 1974.

PL4378.9.H85N34 1974 Orien Viet
83-188309

85 p.

526

Huy Phương. Nơi anh sẽ đến: tiểu thuyết. [Hà Nội] Thanh Niên [1975]

PL4378.9.H85N6 Orien Viet
79-984430

418 p.

527

Huyền Không. Câu chuyện về thi ca. Lần thứ 1. Los Angeles, CA, Phật Học Viện Quốc Tế, 1981.

82-104365

88 p.

528

Huỳnh Lý *and* Hoàng Ngọc Phách. Thơ văn Phan Châu Trinh. Hà Nội, Văn Học, 1983.

PL4378.9.P536A6 1983 Orien Viet
85-195230

258 p. illus., plates (Văn Học Cổ Cận Đại Việt Nam).

529

Huỳnh Minh. Vĩnh-Long xưa và nay. [Saigon] Cánh Bằng, 1967.

DS559.92.V56H89 Orien Viet
80-984120

390 p. illus. (Loại sách sưu khảo)

530

Huỳnh Ngọc Chi. Hình luật Việt Nam và quyền làm chủ tập thể của nhân dân lao động. [Thành phố Hồ Chí Minh] [s.n.] 1979.

83-145623

129 p.

531

Huỳnh Văn Cao. Thế chiến nhân dân. People's strategy. Saigon, Hồng Hà, 1961.

DS556.8.H89 1961 Orien Viet
83-191921

78, 82 p. illus., plates.
English and Vietnamese. Bibliography: p. [85]–88.

40

I

532
I, Ta. Tuổi mười bảy [của] Y Đạt. Bản Việt-văn [của] Hoàng Hà. In lần thứ 1. [s.l.] Nam Phương, Glendale, CA; distributed by Dainamco [1973]

MLCS82/5041
82-157341

240 p.

533
Ishikawa, Bun'yō. Chiện tranh giải phóng Việt Nam [của] I-Si-Ca-Oa Bun-Dô. [Tokyo, Japan] Ủy Ban Phát Động Phong Trào [1977]

DS557.72.I8319 1977 Orien Viet
84-144769

478 p. illus.

K

534
K. N. *and others*. Sài-gòn rực lửa. Hà Nội, Lao Động, 1966.

PL4378.8.S18 1966 Orien Viet
82-185765

124 p.

535
Kể chuyện toàn dân đánh giặc. v. [1]+ Hà Nội, Quân Đội Nhân Dân, 1979+

PL4378.8.K38 Orien Viet
81-157603

536
Kê hoạch kinh tế, xã hội năm 1983 và mức phấn đấu đến năm 1985. Hà Nội, Sự Thật, 1983.

HC444.V52 1983 Orien Viet
85-195444

81 p.

537
Kết quả công tác phòng chống rầy nâu ở các tỉnh phía nam, 1977–1979 [của] Bộ Nông Nghiệp. Hà Nội, Nông Nghiệp, 1980.

SB608.R5K47 1980 Orien Viet
82-189353

211 p.

538
Kết quả nghiên cứu khoa học kỹ thuật, 1960–1980 [của] Trạm nghiên cứu cây nhiệt đới Phủ Quỳ. Hà Nội, Nông Nghiệp, 1980

SB171.V5K47 1980 Orien Viet
81-203167

179 [i.e. 278] p. illus., plates.

539
Kết quả nghiên cứu khoa học kỹ thuật, 1960–1980 [của] Viện Công Vụ và Cơ Giới Hóa Nông Nghiệp; người biên soạn, Nguyễn Điền. [s.l.] Nông Nghiệp, 1980.

S675.N494 1980 Orien Viet
82-190560

223 p. illus.

540
Kết quả nghiên cứu khoa học kỹ thuật, 1969–1979 của Trại Thí Nghiệm chè Phú Hộ. Hà Nội, Nông Nghiệp, 1980.

SB272.V45K47 1980 Orien Viet
82-158941

148 p.
Includes bibliographical references.
Contents.—Kết quả 10 năm nghiên cứu về chè [của] Đỗ Ngọc Quỹ—Dòng chè Ph-l chọn lọc ở Phú Hộ [của] Nguyễn văn Niệm—Đặc tính sinh hóa kỹ thuật búp chè dòng PH-l [của] Trịnh Văn Loan—Thí nghiệm trừ cỏ dại hại chè ở Phú Hộ [của] Nguyễn Khắc Tiên—Kết quả 10 năm thí nghiệm bón phân khoáng N, P, K cho chè ở Phú Hộ (1964–1973) [của] Đỗ Ngọc Quỹ.

541
Kết quả nghiên cứu khoa học kỹ thuật, 1969–1979 [của] Viện cây công nghiệp, cây ăn quả và cây làm thuốc. [Hà Nội] Nông Nghiệp, 1980.

SB87.V5K47 Orien Viet
81-203166

272 p. illus.

542
Kết quả nghiên cứu khoa học kỹ thuật, 1969–1979 [của] Viện Chăn nuôi. v. [1]+ [Hà Nội] Nông Nghiệp [1979]+

SF55.V5K47 Orien Viet
81-162075

Contents.—tập 1. Chăn nuôi gia súc, gia cầm.

543
Khái Hưng. Những ngày vui: tiểu-thuyết. [United States, s.n., 1980?]

PL4378.9.K5N5 1980 Orien Viet
82-104368
166 p.
Reprint. Originally published: Saigon, Phương-Giang, 1958.

544
Khái Hưng. Thoát-ly: tiểu-thuyết. [s.l.] Văn Nghệ, 1967 printing.

82-101839
254 p.

545
Khâm thiên. [Hà Nội] Sở văn hóa thông tin Hà Nội, 1973.

83-146882
63 p. illus.

546
Khánh Chi. Gửi gió về cho nội; bìa và minh họa của Nguyễn Thụ. Hà Nội, Kim Đồng, 1980.

PL4378.9.K518G8 1980 Orien Viet
83-188049
95 p. illus

547
Khoa học giáo dục con em trong gia đình/tập thể biên soạn; Đức Minh chủ biên. In lần thứ 2 có bổ sung và chỉnh lý. [s.l.] Ủy Ban Thiếu Niên Nhi Đồng Trung Ương, 1979.

HQ792.V5K47 1979 Orien Viet
83-117138
132 p.

548
Khoa học với thanh niên [của] C. Hùng, Q. Minh dịch từ tiếng Nga; Hoàng Hữu Triết hiệu đính. v. [1]+ Hà Nội, Thanh Niên, 1962+

Q181.A1K48 1962 Orien Viet
83-118347

549
Không được đụng tới Việt Nam!: kể chuyện chiến đấu bảo vệ biên giới phiá Bắc. Hà Nội, Quân Đội Nhân Dân, 1979.

PL4378.8.K5 1979 Orien Viet
83-187821
109 p.

550
Khổng-minh: tiểu-sử, thi-văn Âm-phù kinh giải mã-tiên-khóa binh-pháp bát-trận-đồ [của] Mã-nguyên-

Lương & Lê-Xuân Mai, phiên-dịch vá bình-chú. Saigon, Nhà Sách Khai-tri [1968]

83-191553
522 p.

551
Khuất Quang Thuy. Pui Kơ Lớ; bìa và minh họa của Quang Thọ. Hà Nội, Kim Đồng, 1981.

MLCS83/5271 (P)
83-114992
114 p. illus.

552
Khuất Quang Thụy. Trong cơn gió lốc: tiểu thuyết. Hà Nội, Quân Đội Nhân Dân, 1979.

MLCS82/5246
82-167729
513 p.

533
Khủng hoảng của đồng đô-la Mỹ. Hà Nội, Sự Thật, 1979.

HG539.K49 1979 Orien Viet
82-216584
138 p.
Includes bibliographical references.

554
Khương Hữu Dụng. Quả nhỏ: thơ. In lần thứ 1. Hà Nội, Văn Học, 1972.

PL4378.9.K55Q3 1972 Orien Viet
83-137580
91 p.

555
Kiểu nhà mới ở nông thôn. [Hà Nội] Văn Hóa [1979]

NA7434.V5K5 1979 Orien Viet
82-129179
[68] p. illus., plans.

556
Kim Định. Hồn nước với lễ gia tiên. Tu bổ tại Hoa kỳ với sự cộng tác [của] Đặng Trương. [San Jose, CA] Nam Cung, 1979.

DS556.42.K543 1979 Orien Viet
82-202332
321 p.

557
Kim Định. Nhân chủ. [Tái bản lần thứ 3] [San Jose, CA] Thanh Niên Quốc Gia [1982?]

B121.K484 1982 Orien Viet
82-202350
306 p. illus.
Includes bibliographical references.

558
Kim Nhật. Về R. Glendale, CA, Tinh Hoa Miền Nam [1980?]

DS556.9.K55 1980 Orien Viet
81-203196

557 p.
Originally published: Saigon, Sống, 1967.

559
Kim Y. Tiếng quyên: thi tuyển. Arlington, VA, Tủ Sách Cành Nam, 1984.

PL4378.9.K59T54 1984 Orien Viet
85-133762

72 p.

560
Kimura, Taiken. Nguyên thủy Phật giáo tư tưởng luận; Hán dịch, Âu Dương Hãn Tôn; Việt dịch, Thích Quảng Độ. In lần thứ 1. [s.l.] Khuông Việt, 1971.

MLCS83/5337 (B)
83-117784

470 p.
Translated from Japanese: Genshi Bukkyo shiso ron.

561
Kinh Lịch. Từ một vùng đất tổ. [s.l.] Thanh Niên [1979]

MLCS82/5245
82-167731

75 p.

562
Kinh tê thương nghiệp Việt Nam [của] Bộ Nội Thương. v. [1]+ Hà Nội, Bộ Nội Thương, 1978 +
HF3800.5.K56 1978 Orien Viet
82-159031

563
Kvoeu Hor *and* Timothy Friberg. Boh panuai Cham. Ngữ-vựng Chàm. Western Cham vocabulary. [s.l.] Summer Institute of Linguistics, 1978. 336 p. (Tủ sách Ngôn ngữ dân-tộc thiểu-số Việt-Nam; cuốn 21, phần 1).

PL4491.Z5k8
80-984202

564
Ký họa về biên giới. [Hà Nội] Văn Hóa [1980]
N7314.K93 1980 Orien Viet
83-140973

62 p. illus.

565
Ký nguyên mới của đoàn kết, hợp tác Việt Nam-Cam-pu-chia. Hà Nội, Sự Thật, 1979.
DS556.58.C15K9 Orien Viet
81-166442

62 p. illus., plates.

566
Ký niệm 600 năm sinh Nguyễn Trãi. Hà Nội, Khoa Học Xã Hội, 1982.
DS556.73.N49K89 1982 Orien Viet
84-125473

370 p. illus., plates.

567
Ký niệm sâu sắc chống mỹ, cứu nước: chọn lọc. Hà Nội, Quân Đội Nhân Dân, 1979.
MLCS82/5242
82-165504

622 p. illus.

568
Kỹ-thuật thông-tin. In lần thứ 2. [s.l.] Quốc-gia, 1958.
MLCM83/2175 (P)
83-137279

42 p.

569
Kỳ tích áo chàm: truyện ký về các gương chiến đấu dũng cảm chống quân Trung Quốc xâm lược. v.l. + Hà Nội, Văn Hóa, 1979+

PL4378.8K9 Orien Viet
81-156327

L

570
La Lan. Như một khúc nhạc buồn; bản Việt-văn, Miêu-Khả-Khanh. Fort Smith, AR, Sống Mới [19   ]

MLCS83/2210 (P)
83-117841

410 p.

571
La Lan. Tình yêu, tình yêu; bản Việt-văn, Miêu-Khả-Khanh. Fort Smith, AR, Sống Mới [198]
MLCS83/2218 (P)
83-118921

493 p.
Nguyên tác, Ái tình, ái tình.

572

Lã Văn Lô *and* Hà Văn Thư. Bàn về cách mạng tư tưởng và văn hóa ở vùng các dân tộc thiểu số. Hà Nội, Văn Hóa, 1980.

DS556.44.L28 1980 Orien Viet
83-134484

164 p.

573

Lâm Giang. Đối đáp giỏi; bìa và minh họa của Thành Chương. Hà Nội, Kim Đồng, 1979.

PZ90.V5L33 1979 Orien Viet
83-185857

71 p. illus.

574

Lâm Ngữ Đường. Tình sử Võ Tắc Thiên; bản dịch của Vũ Hùng. Fort Smith, AR, Sông Mới [198]

MLCS83/2225 (P)
83-117072

345 p.

575

Lâm Quý *and* Phương Bằng. Truyện cổ Cao Lan. Hà Nội, Văn Hóa, 1983.

85-198329

102 p.

576

Lâm Thanh Liêm. Địa-lý giao-thông [của] Ông Lâm-Thanh-Liêm, Bà Lâm-Thanh-Liêm. In lần thứ 1. [Saigon] Lửa Thiêng, 1969.

HE151.L265 1969 Orien Viet
83-189561

229 p. illus. (Tủ sách sử-địa đại-học)
Bibliography: p. [230]

577

Lâm Tô Lộc. Nghệ thuật múa dân tộc Việt. Hà Nội, Văn Hóa, 1979.

GV1703.V5L36 1979 Orien Viet
82-169949

157 p. illus., plates.
Bibliography: p. 156–57.

578

Lãn Ông. Nữ công thắng lãm: phần chế biến món ăn cổ truyền [của] Hải Thượng Lãn Ông: Lê Trần Đức, Viện Nghiên cứu Đông y biên dịch phiên âm và phụ giải. [s.l.] Phụ Nữ, 1971.

TX713.H35 1971 Orien Viet
83-117250

97 p.

579

Lan Phương. Gái một con: tiểu thuyết tình cảm xã hội.

Glendale, CA, Tinh Hoa Miền Nam [1980?]

PL4378.9.L284G3 1980 Orien Viet
82-109717

580

Lan Phương. Màu áo hoa rừng: truyện dài tình cảm xã hội. Fort Smith, AR, Sông Mới [1980?]

PL4378.9.L28M3 1980 Orien Viet
82-109699

300 p.
Reprint. Originally published: Saigon, Sông Mới, 1974.

581

Lãng Nhân. Chơi chữ. Houston, TX, Zieleks [1979]

PL4378.9.L286C47 1979 Orien Viet
83-146001

311 p.

582

Lankavatarasutra. Vietnamese. Kinh Lăng-Già tâm ấn; dịch giả, Thích Nữ Diệu-Không. v. [1–3] + [s.l., s.n.] 2514 (1970)–2515 (1971)

BQ1723.V5 1971 Orien Viet
83-191852

583

Lê Anh Xuân. Hoa dừa: thơ. [s.l.] Giải Phóng, 1969.

MLCS83/2215 (P)
83-108475

132 p.
Translation of Les fleurs du cocotier.

584

Lê Bá Hán, Phương Lưu, *and* (Bùi) Ngọc Trác. Cơ sở lý luận văn học; chủ biên, Nguyễn Lương Ngọc. v. [1] + Hà Nội, Đại Học và Trung Học Chuyên Nghiệp, 1980 +

PN709.V5L4 Orien Viet
81-203181

Errata slip inserted.
Includes bibliographical references.

585

Lê Bá Kông. Tự-điển tiêu-chuẩn Anh-Việt. Standard pronouncing English- Vietnamese dictionary: with a guide to Vietnamese pronunciation and an outline of Vietnamese grammar. Rev. ed. [s.l., Ziên-Hồng, 198] (Hong Kong, Hong Kong Youth Press)

PL4376.L49 1980z Orien Viet
82-209214

498 p.
Reprint. Originally published: 18th ed. Saigon, Ziên-Hồng, 1968.

586
Lê Bá Thảo. Thiên nhiên Việt Nam. Hà Nội, Khoa Học và Kỹ Thuật, 1977.
DS556.39.L42 Orien Viet
79-984331
299 p. illus.
Includes bibliographical references.

587
Lê Bầu *and others*. Khúc nhạc mùa xuân: tập truyện ký. [s.l.] Hà Nội, 1981.
PL4378.8K54 1981 Orien Viet
85-106862
155 p. illus.

588
Lê Bầu. Những năm tháng trôi qua: tập truyện ngắn. [s.l.] Hà Nội, 1983.
PL4378.8.L37 1983 Orien Viet
85-194463
183 p.

589
Lê Chương. Đất nước vào xuân. Hà Nội, Quân Đội Nhân Dân, 1979.
PL4378.9.L289D3 1979 Orien Viet
82-103532
495 p. port.

590
Lê Đình Chinh. Con người và cuộc sống chiến đấu. [Hà Nội] Thanh Niên [1978]
82-167042
109 p. illus.

591
Lê Đình Ky. Thơ Tô Hữu: chuyên luân. Hà Nội, Đại Học và Trung Học Chuyên Nghiệp, 1979.
PL4378.9.T6Z75 Orien Viet
82-167600
557 p.
Bibliography: p. 552–[556].

592
Lê Đình Tương. Thư mục về cuộc bành trướng quốc thổ Việt-Nam. Bibliography on Vietnamese geopolitical expansion. Nữu Ước, Canh Tân Đất Việt, 1972.
Z3228.V5L4 1972 Orien Viet
84-138143
52 p. illus.

593
Lê Duẩn. Các dân tộc đoàn kết xây dựng và bảo vệ tổ quốc Việt Nam, xã hội chủ nghĩa. Hà Nội, Sự Thật, 1982.
84-125533
114 p.

594
Lê Duẩn. Cách mạng tháng Mười với độc lập dân tộc và chủ nghĩa xã hội ở Việt Nam. Hà Nội, Sự Thật, 1978.
HX400.5.A8L443 1978 Orien Viet
80-984093
32 p. port.
Includes bibliographical references.

595
Lê Duẩn. Chủ nghĩa Lê-Nin và cách mạng Việt Nam. Hà Nội, Sự Thật, 1981.
DS556.8.L35 1981 Orien Viet
84-125504
82 p.

596
Lê Duẩn. Chủ nghĩa yêu nước và chủ nghĩa quốc tế vô sản. Hà Nội, Sự Thật, 1979.
JQ884.L4 Orien Viet
81-203199
118 p.

597
Lê Duẩn. Giai đoạn mới của cách mạng và nhiệm vụ của công đoàn. Hà Nội, Sự Thật, 1974.
83-188962
47 p.

598
Lê Duẩn. Hăng hái tiến lên dưới ngọn cờ vĩ đại của Cách mạng tháng mười. Hà Nội, Sự Thật, 1967.
DK265.9.I5L425 1967 Orien Viet
83-147293
56 p.
Errata slip inserted.

599
Lê Duẩn. Hiến pháp mới, hiến pháp của chế độ làm chủ tập thể xã hội chủ nghĩa. Hà Nội, Sự Thật, 1980.
82-184207
27 p.

600
Lê Duẩn. Học tập và vận dụng sáng tạo chủ nghĩa Lê-nin. Hà Nội, Sự Thật, 1970.
DK254.L4L313 Orien Viet
81-984049
106 p. port.
Includes bibliographical references.

601
Lê Duẩn. Làm chủ tập thể là bản chất và lĩnh của giai cấp công nhân. Hà Nội, Sự Thật, 1978.
HD8700.5.L42 Orien Viet
80-984090
26 p.

602
Lê Duẩn. Lực lượng vũ trang nhân dân Việt Nam anh hùng, bách thắng. Hà Nội, Sự Thật, 1979.
UA853.V5L4 1979 Orien Viet
82-202447
23 p.

603
Lê Duẩn. Luôn luôn làm trọn nghĩa vụ với Đảng, với dân. Hà Nội, Sự Thật, 1978.
HD2080.5.L38 1978 Orien Viet
82-216076
31 p.

604
Lê Duẩn. Mấy vấn đề về công tác kiểm tra của Đảng. Hà Nội, Sự Thật, 1979.
JQ898.W6L435 1979 Orien Viet
82-216058
26 p.

605
Lê Duẩn. Mấy vấn đề về đảng cầm quyền. Hà Nội, Sự Thật, 1981.
DS559.912.L38 1981 Orien Viet
84-125522
213 p. illus., plates.

606
Lê Duẩn. Mấy vấn đề về kinh tế địa phương. Hà Nội, Sự Thật, 1979.
HC444.L389 1979 Orien Viet
82-216333
46 p.

607
Lê Duẩn. Một số vấn đề cơ bản về công nghiệp hoá xã hội chủ nghĩa. In lần thứ 2. Hà Nội, Sự Thật, 1978.
HC444.L4 1978 Orien Viet
82-167057
35 p.

608
Lê Duẩn. Một vài vấn đề trong nhiệm vụ quốc tế của Đảng ta. Hà Nội, Sự Thật, 1964.
D843.L315 1964 Orien Viet
83-135623
55 p.

609
Lê Duẩn. Nhân dân lao động làm chủ tập thể là sức mạnh, là lực đẩy của chuyên chính vô sản. Hà Nội, Sự Thật, 1977.
HD8700.5.L425 Orien Viet
81-213034
32 p.

610
Lê Duẩn. Những nhiệm vụ lịch sử của phong trào cộng sản quốc tế. Hà Nội, Sự Thật, 1958.
HX40.L378 Orien Viet
80-984256
58 p.

611
Lê Duẩn. Phấn đấu xây dựng nước Việt Nam xã Hội chủ nghĩã giàu đẹp. Hà Nội, Sự Thật, 1979.
DS559.912.L39 Orien Viet
81-203198
79 p. port.

612
Lê Duẩn. Phát động quần chúng xây dựng quyền làm chủ tập thể. Hà Nội, Sự Thật, 1978.
HX400.5A6L446 1978 Orien Viet
82-169533
28 p.

613
Lê Duẩn. Phát huy quyền làm chủ tập thể xây dựng nhà nước vững mạnh. Hà Nội, Sự Thật, 1978.
HX400.5.A6L447 1978 Orien Viet
82-169490
125 p. port.

614
Lê Duẩn. Phát huy thắng lợi vĩ đại tiếp tục đưa sự nghiệp cách mạng tiến lên. Hà Hội, Sự Thật, 1980.
HX400.5.A6L448 1980 Orien Viet
83-134475
76 p. illus., plates.

615
Lê Duẩn. Tất cả vì tổ quốc xã hội chủ nghĩã, vì hạnh phúc của nhân dân. Hà Nội, Sự Thật, 1981.
DS8559.912.L414 1981 Orien Viet
85-103775
33 p.

616
Lê Duẩn. Tây Nguyên đoàn kết tiến lên. Hà Nội, Sự Thật, 1978.
DS556.45.M6L42 1978 Orien Viet
82-216065
32 p. illus., plates.

617
Lê Duẩn. Thanh niên trong sự nghiệp xây dựng và bảo vệ tổ quốc xã hội chủ nghĩa. Hà Nội, Sự Thật, 1982.
85-116900

146 p.

618
Lê Duẩn. Tiến bước dưới ngọn cờ của đảng. Hà Nội, Quân Đội Nhân Dân, 1980.
DS556.8.L335 1980 Orien Viet
83-188759

93 p.

619
Lê Duẩn. Tiến bước theo phương hướng chiến lược đã vạch ra. Hà Nội, Sự Thật, 1984.
DS559.912.L4146 1984 Orien Viet
85-200416

105 p. illus., plates.

620
Lê Duẩn. Tiến lên dưới ngọn cờ cách mạng Tháng mười vĩ đại. Hà Nội, Sự Thật, 1977.
HX400.5.A6L455 Orien Viet
79-984347

193 p. [1] leaf of plates, port.
Includes bibliographical references.

621
Lê Duẩn. Tiến lên dưới ngọn cờ vẻ vang của Đảng. Hà Nội, Sự Thật, 1980.
JQ898.D293L39 1980 Orien Viet
82-173430

66 p. illus.

622
Lê Duẩn. Tiếp tục nghiên cứu xây dựng lý luận quân sự Việt Nam. Hà Nội, Sự Thật, 1979.
DS558.5.L38 1979 Orien Viet
82-216083

18 p.

623
Lê Duẩn. Tình hình thế giới và chính sách đối ngoại của chúng ta. Hà Nội, Sự Thật, 1981.
DS556.9.L37 1981 Orien Viet
84-241847

225 p. illus., plates.

624
Lê Duẩn Tình hình thế giới và nhiệm vụ quốc tế của Đảng ta. Hà Nội, Sự Thật, 1975.
DS559.912.L415 1975 Orien Viet
79-984300

282 p.

625
Lê Duẩn. Tuổi trẻ anh hùng xây dựng và bảo vệ tổ quốc Việt Nam xã hội chủ nghĩa. Hà Nội, Quân Đội Nhân Dân, 1980.
HQ799.V5L4 1980 Orien Viet
85-130541

26 p.

626
Lê Duẩn. Về hợp tác hóa nông nghiệp. Hà Nội, Sự Thật, 1979.
HD1491.V5L42 1979 Orien Viet
82-167591

161 p. port.

627
Lê Duẩn. Về làm chủ tập thể xã hội chủ nghĩa. Hà Nội, Sự Thật, 1981.
JQ824.L465 1981 Orien Viet
85-103897

189 p. illus., plates.

628
Lê Duẩn. Về quá trình từ sản xuất nhỏ lên sản xuất lớn xã hội chủ nghĩa. Hà Nội, Sự Thật, 1981.
HC444.L413 1981 Orien Viet
85-104763

244 p. illus., plates.

629
Lê Duẩn. Về xây dựng Đảng. Hà Nội, Sự Thật, 1978.
JQ898.D293L4 1978 Orien Viet
82-202422

404 p. illus., plates.
Includes bibliographical references.

630
Lê Duẩn. Vì cả nước, cùng cả nước các tỉnh đồng bằng sông Cửu Long hăng hái vươn lên. Hà Nội, Sự Thật, 1981.
HD2080.5.L382 1981 Orien Viet
83-145101

85 p.

631
Lê Duẩn. Xây dựng kinh tế địa phương vững mạnh. Hà Nội, Sự Thật, 1981.
85-117871

199 p. illus., plates.

632
Lê Duẩn *and others*. Về đường lối giáo dục xã hội chủ nghĩa. Hà Nội, Sự Thật, 1979.
LA1186.V4 1979 Orien Viet
82-165998

167 p.
Includes bibliographical references.

633
Lê Đức Thọ. Nhật ký đường ra tiền tuyến: thơ. In lần thứ 2. Hà Nội, Văn Học, 1978.
MLCS83/5505 (P)
83-112457
39 p. illus., plates.

634
Lê Đức Thọ. Quán Triệt và đẩy mạnh hơn nữa việc chấp hành đường lối phương châm xây dựng đảng. Hà Nội, Sự Thật, 1963.
JQ898.W6L39 1963 Orien Viet
82-190403
72 p.

635
Lê Đức Thọ. Ra sức nâng cao chất lượng và đẩy mạnh cuộc vận động xây dựng chi bộ và đảng bộ cơ sở "bốn tốt". In lần thứ 2. Hà Nội, Sự Thật, 1968.
JQ898.W6L44 1968 Orien Viet
82-190556

636
Lê Đức Thọ. Thơ tuyển. Hà Nội, Văn Học, 1983.
PL4378.9.L29A6 1983 Orien Viet
85-200213
114 p. illus. (Văn Học Hiện Đại Việt Nam)

637
Lê Duy. Tìm hiểu phương hướng chủ yếu của chiến lược kinh tế-xã hội những năm 80. Hà Nội, Sự Thật, 1983.
HC444.L414 1983 Orien Viet
85-200836
85 p.
Includes bibliographical reference.

638
Lê Giang and others. Khi em trở về: tập thơ. Hà Nội, Phụ Nữ, 1976.
PL4378.6.K48 1976 Orien Viet
83-185573
130 p.

639
Lê Hà. Hương sen: thơ. [s.l.] Văn Học Giải Phóng, 1976.
MLCS83/2212 (P)
83-108494
146 p.

640
Lê Hằng. Chết cho tình yêu: truyện dài. [Glendale, CA] Tinh Hoa Miền Nam [1980]
PL4378.9.L443C5 Orien Viet
81-203191
517 p.

641
Lê Hằng. Chiều gió. Glendale, CA, Đại Nam [1980]
PL4378.9.L443C53 1980 Orien Viet
82-147480
520 p.
Reprint. Originally published: 1974.

642
Lê Hằng. Kinh tình yêu. [Glendale, CA] Tinh Hoa Miền Nam [1980?]
PL4378.9L296K5 1980 Orien Viet
80-984213
390 p.
Reprint of the 1973 ed. published by Tổ Hợp Gió, Saigon.

643
Lê Hằng. Màu xanh đang lên: truyện dài. [s.l., s.n., 1980]
PL4378.9.L296M34 1980 Orien Viet
80-984214
309 p.

644
Lê Hằng. Như sương long lanh. [s.l., s.n., 1980?]
PL4378.9.L296N5 1980 Orien Viet
80-984216
431 p.

645
Lê Hằng. Sóc nâu. Fort Smith, AR, Sông Mới, 1979.
PL4378.9.L443S6 1979 Orien Viet
82-157504
403 p.
Reprint. Originally published: 1974.

646
Lê Hằng. Thung Lũng tình yêu. Glendale, CA, Tinh Hoa Miền Nam [1980]
PL4378.9.L443T5 Orien Viet
82-109058
315 p.
Reprint. Originally published: Saigon: Tổ Hợp Gió, 1974.

647
Lê Hằng. Tình yêu như băng sơn. [Glendale, CA] Tinh

Hoa Miền Nam [1980?]

PL4278.9.L296T5 1980
80-984215

Reprint of the 1973 ed. published by Tổ Hợp Gió, Saigon.

648

Lê Hồng Tậm. Công nhân với nhiệm vụ sản xuất lương thực. Hà Nội, Lao Động, 1979.

HD2080.5.L385 1979 Orien Viet
83-101313

71 p.

649

Lê Hồng Xuân *and others.* Vinh dự đoàn viên: hồi ký về đoàn. Hà Nội, Thanh Niên, 1966.

DS556.8.V56 1966 Orien Viet
82-172951

144 p.

650

Lê Huyền Trang và Lã Văn Lô. Truyền thông đoàn kết vô cùng quý giá; Truyền thông đoàn kết chăn xừ qúi lai. Hà Nội, Văn Hoá, 1979.

DS556.8.L37 1979 Orien Viet
83-141202

87 p.

651

Lê Khả Kê. Tự điển Pháp-Việt. [Paris?] Tổ Chức Hợp Tác Văn Hóa và Kỹ Thuật, 1981.

PL4376.T793 1981 Orien Viet
83-152426

1276 p.

At head of title: Ủy ban khoa học xã hội Việt Nam.

Title on added t.p.: Dictionnaire français-vietnamien.

652

Lê Khả Kê. Tự điển thực vật học Pháp-Việt. Dictionnaire français-vietnamien de botanique. Hà Nội, Khoa Học và Kỹ Thuật, 1978.

QK9.T8 Orien Viet
80-984296

191 p.

653

Lê Khâm. Bên kia biên giới: tiểu thuyết. Hà Nội, Văn Học, 1978.

PL4378.9.L34B4 Orien Viet
80-984189

174 p.
Errata slip inserted.

654

Lê Khánh, Xuân Thiều, *and* Cẩm Giang. Người anh nuôi của đơn vị, tập truyện được thưởng của Tạp chí Văn Nghệ. [Hà Nội] Văn Học [1959]

PL4378.9.L35N37 Orien Viet
79-984154

43 p.

655

Lê Khánh Soa. Bỗng nghe vần "thắng" vút lên cao: tiểu luận. Hà Nội, Quân Đội Nhân Dân, 1980.

PL4378.9.H5Z75 1980 Orien Viet
83-135526

110 p. illus., plates.
Includes bibliographical references.

656

Lê Khoa. Cây lúa, phương pháp trồng lúa: lúa gạo và nền kinh tế nông nghiệp Việt-Nam. Saigon, Nguyễn Thị Xuân-Lan [1971]

HD9066.V52L4 1971 Orien Viet
83-189950

362 p. illus.

657

Lê Khoa. Kinh tế xí nghiệp quản trị điều hành. Saigon, N.T.X. Lan, 1972.

HD37.J3L4 1972 Orien Viet
83-139855

193 p. illus.

658

Lê Kim. Kể chuyện giặc lái B. 52. Hà Nội, Quân Đội Nhân Dân, 1977.

PL4378.9.L354K4 1977 Orien Viet
83-101936

116 p.

659

Lê Kim. Khoa học bịp. [Hà Nội] Thanh Niên [1978]

DS556.9.L413 1978 Orien Viet
80-984123

107 p.

660

Lê Kim. Lộ nguyên hình bành trướng. Hà Nội, Quân Đội Nhân Dân, 1979.

DS559.916.L4 1979 Orien Viet
82-155745

86 p.

661

Lê Kim. Một bước thất bại của bọn bành trướng Bắc

Kinh. Hà Nội, Quân Đội Nhân Dân, 1984.
                    DS559.915.L4 1984 Orien Viet
                                        85-197409
    53 p.

662
Lê Kim. Người bạn chiến đấu Pa-Le-Xtin. [s.l.] Thanh
Niên [1979]
                    DS119.7.L36 1979 Orien Viet
                                        83-147400
    90 p. illus., plates.

663
Lê Kim Hưng. Đen và trắng. [Hà Nội] Thanh Niên
[1978]
                    E169.12.L38 Orien Viet
                                        80-984078
    123 p.

664
Lê Lựu. Campuchia, một câu hỏi lớn. [Hà Nội] Thanh
Niên [1980]
                    DS554.8.L4 Orien Viet
                                        81-213043
    80 p.

665
Lê Lựu. Mở rừng: tiểu thuyết. [Hà Nội] Thanh Niên,
[1977]
                    PL4378.9.L356M6 Orien Viet
                                        80-984177
    502 p.

666
Lê Lựu. Ở phía sau anh: truyện. Hà Nội, Quân Đội
Nhân Dân, 1981.
                    PL4378.9.L356O18 1981 Orien Viet
                                        83-184168
    131 p.

667
Lê Lựu. Ranh giới: tiểu thuyết. Hà Nội, Quân Đội
Nhân Dân, 1979.
                    MLCS82/5090
                                        82-164354
    255 p.

668
Lê Minh. Má: tập truyện. Hà Nội, Văn Học, 1976.
                    PL4378.9.L36M3 Orien Viet
                                        80-984357
    156 p.

669
Lê Minh. Người thợ máy Tôn Đức Thắng: truyện.

[s.l.] Thanh Niên [1981]
                    PL4378.9.L36N56 1981 Orien Viet
                                        84-126322
    311 p.

670
Lê Minh Khuê. Cao điểm mùa hạ: tập truyện. Hà Nội,
Quân Đội Nhân Dân, 1978.
                    MLCS82/9878 (P)
                                        82-219757
    190 p.

671
Lê Ngọc Cầu. Tuồng hài. Hà Nội, Văn Hóa, 1980.
                    PL4378.7.T88 1980 Orien Viet
                                        82-192605
    307 p.
    Errata slip inserted.

672
Lê-Nin và thời đại chúng ta. Hà Nội, Sự Thật, 1981.
                    DK254.L46L32 1981 Orien Viet
                                        83-151789
    203 p.
    Includes bibliographical references.

673
Lê Phương. Bạch đàn: tiểu thuyết. In lần thứ 2. Hà
Nội, Phụ Nữ, 1977.
                    PL4378.9.L365B3 1977 Orien Viet
                                        80-984122
    208 p.

674
Lê Phương. Bông mai mùa lạnh. [s.l.] Thanh Niên
[1979]
                    MLCS82/5043 Orien Viet
                                        82-163209
    337 p.

675
Lê Phương. Ngã ba thời gian: tiểu thuyết. Hà Nội,
Phụ Nữ, 1978.
                    PL4378.9.L365N47 Orien Viet
                                        80-984103

676
Lê Quang Hòa. Những chặng đường chống Mỹ: hồi
ký. Hà Nội, Quân Đội Nhân Dân, 1982.
                    PL4378.9.L3675N4 1982 Orien Viet
                                        83-145052
    259 p.

677
Lê Quang Hòa. Quân sự địa phương: sự hình thành

và phát triển. Hà Nội, Quân Đội Nhân Dân, 1978.
UA853.V48L4 Orien Viet
80-984089

119 p.
Includes bibliographical references.

678
Lê Quang Hòa. Rừng sáng. [s.l.] Thanh Niên [1979]
MLCS82/7674
82-185772

193 p.

679
Lê Quý Đôn. Kiến văn tiểu lục. [Chien wen hsiao lu]; dịch-giả, Đàm-Duy-Tạo. In lần thứ 1. [Saigon] Bộ Quốc-gia Giáo-dục, 1964.
AC160.V52L4 1964 Orien Viet
83-192742

(Tủ sách dịch-thuật)

680
Lê Quý Đôn. Lê Qúy Đôn toàn tập. v. Hà Nội, Khoa Học Xã Hội, 1977+
PL4378.9.L369 1977 Orien Viet
79-984343

Contents:—tập 1. Phủ biên tạp lục.—tập 2. Kiến văn tiểu lục.

681
Lê Quý Đôn. Vân đài loại ngữ; Trần Văn Giáp biên dịch và khảo thích; Trần Văn Khang làm sách dẫn; Cao Xuân Huy hiệu đính và giới thiệu. [Hà Nội] Văn Hóa, Viện Văn Học, 1962.
AE4.L4 1962 Orien Viet
83-192373

2 v.
Includes bibliographical references and indexes.

682
Lê Quý. Đôn. Vân-đài loại-ngữ: Việt-Nam bách-khoa toàn-thư [của] Quế-Đường Lê Quý Đôn; Trần Danh Lâm viết tựa, Phạm Trọng Huyền đề từ, Phạm Vũ và Lê Hiền dịch và chú giải. Saigon Miền Nam, 1973.
AE4.L42 1973 Orien Viet
80-984111

557 p.

683
Lê Sơn. Bộ mặt thật các khối quân sự của bọn đế quốc. Hà Nội, Sự Thật, 1962.
UA646.3.L33 Orien Viet
81-984055

46 p.

"Phụ lục: Hiệp ước Bắc Đại-tây-dương, Hiệp ước Đông-nam Á, Hiệp ước Trung tâm."

684
Lê Tân Trang. Nhân loại đã thấy gì từ hoả ngục Việt Nam [California] Liên Minh Dân Việt Nam, 1982.
DS559.912.L42 1982 Orien Viet
82-202456

301 p. illus., plates.

685
Lê Thanh Đức. Chuyện kỹ thuật trong hội họa. [Hà Nội] Văn Hóa, 1977.
ND1500.L39 1977 Orien Viet
83-186575

79 p.

686
Lê Thanh Nghị. Cải tiến công tác khoán, mở rộng khoán sản phẩm để thúc đẩy sản xuất, củng cô hợp tác xã nông nghiệp. Hà Nội, Sự Thật, 1981.
HD2080.5.Z8L4 1981 Orien Viet
84-126341

78 p.

687
Lê Thanh Nghị. Nhiệm vụ cơ bản của kê hoạch nhà nước 5 năm 1976–1980 và nhiệm vụ cụ thể của kê hoạch nhà nước năm 1978: báo cáo của hội đồng chính phủ; do đồng chí Lê Thanh Nghị, Ủy viên Bộ chính trị Trung ương Đảng, Phó thủ tướng Chính phủ, trình bày tại kỳ họp thứ ba, Quốc hội khóa VI. Hà Nội, Sự Thật, 1978.
HC444.V54 1978 Orien Viet
82-167055

121 p.

688
Lê Thanh Nghị. Nhiệm vụ và phương hướng xây dựng và phát triển công nghiệp: báo cáo tại Hội nghị lần thứ bảy của Ban Chấp hành Trung ương Đảng Lao động Việt-nam. Hà Nội, Sự Thật, 1962.
HC444.L43 1962 Orien Viet
83-148852

103 p.

689
Lê Thanh Nghị. Xây dựng huyện thành đơn vị kinh tê nông-công nghiệp. Hà Nội, Sự Thật, 1979.
HD2080.5L39 1979 Orien Viet
82-166029

103 p.

690
Lê Thu, Nguyễn Thị Hồng Ngát, *and* Trần Thị Mỹ

Hạnh. Thơm hương mái tóc: thơ. [Hà Nội] Tác Phẩm Mới, Hội Nhà Văn Việt Nam, 1983.

PL4378.9.L45T5 1983 Orien Viet
85-197367

125 p.

691
Lê Thị Bích Vân. Bụi phần hồng: tiểu-thuyết. Fort Smith, AR, Sông Mới [19   ]

MLCS83/2209 (H)
83-105334

382 p.

692
Lê Tri Kỷ. Những tiếng nói thầm: tập truyện. Hà Nội, Văn Học, 1978.

MLCS82/9872 (P)
82-220926

151 p.

693
Lê Tri Kỷ. Thung lũng không tên: kịch bản điện ảnh. Hà Nội, Công An Nhân Dân, 1981.

PN1997.T478L4 1981 Orien Viet
83-185809

83 p.

694
Lê Trọng Hoàn. Cầm Bá Thước. Hà Nội, Văn Hóa, 1981.

PL4378.9.L385C3 1981 Orien Viet
84-162945

71 p.

695
Lê Trọng Tân. Mấy vấn đề chỉ đạo và chỉ huy tác chiến. Hà Nội, Quân Đội Nhân Dân, 1979.

DS557.7.L4 1979 Orien Viet
83-108505

405 p.

696
Lê Trung Vũ. Dân ca Lô Lô [của] Lê Trung Vũ sưu tầm, biên soạn, dịch và giới thiệu. Hà Nội, Văn Hóa, 1975.

83-182794

201 p. illus.

697
Lê Tử Hùng. Công-dân áo gấm. Fort Smith, AR, Sông Mới [197   ]

DS556.9.L38 1980z Orien Viet
84-131285

135 p.

698
Lê Tùng Sơn. Nhật ký một chặng đường: hồi ký cách mạng. Hà Nội, Văn Hóa, 1978.

DS556.83.L4A36 Orien Viet
80-984065

233 p.
Errata slip inserted.

699
Lê Vân. Sát thát; tranh, Nguyễn Bích. In lần thứ 2. Hà Nội, Kim Đồng, 1979.

MLCS83/2726 (P)
83-137590

102 p. illus.

700
Lê Văn Hảo. Hành trình về thời đại Hùng Vương dựng nước. [s.l.] Thanh Niên, 1982.

DS556.6.L4 1982 Orien Viet
83-144642

204 p. illus.

701
Lê Văn Hảo *and others*. Kỉ niệm 100 năm năm sinh Phan Bội Châu, 1867–1940. Saigon, Trình Bầy, 1967.

DS556.83.P46K5 1967 Orien Viet
83-154877

119 p.

702
Lê Văn Ngữ. Trung-dung thuyết-ước; bản dịch của Nguyễn Duy Tinh. [s.l.] Ủy-ban dịch-thuật, Phủ Quốc-Vụ-Khanh Đặc-trách Văn-hóa, 1971.

84-209116

126, [156] p.

703
Lê Văn Quán. Giáo trình chữ Hán. Hà Nội, Đại Học và Trung Học Chuyên Nghiệp, 1978.

82-167009

335 p. illus.

704
Lê Văn Quán. Nghiên cứu về chữ Nôm. Hà Nội, Khoa Học Xã Hội, 1981.

PL4372.L4 1981 Orien Viet
85-107838

231 p. illus.

705
Lê Văn Thảo. Cửa sổ màu xanh: tập truyện ngắn. Hà

Nội, Tác Phẩm Mới, Hội Nhà Văn Việt Nam, 1981.
PL4378.9.L395C8 1981 Orien Viet
84-131170
117 p.

706
Lê Văn Thương. English-Vietnamese scientific dictionary. Anh-Việt khoa-học tự-điển. Tái bản lần thứ 2. [Colorado Springs, COLO] Rồng-Tiên, c1981.
Q123.L38 1981 Orien Viet
82-194460
838 p. illus.

707
Lê Văn Trương. Người mẹ tội lỗi: tiểu thuyết. Fort Smith, AR, Sống Mới [19   ]
MLCS83/2217 (P)
83-105340
392 p.

708
Lê Văn Vọng *and* Nguyễn Quang Tính. Cánh rừng ngọn gió: thơ. Hà Nội, Quân Đội Nhân Dân, 1981.
PL4378.9.L414C3 1981 Orien Viet
83-116009
92 p.

709
Lê Xuân Diệm *and* Hoàng Xuân Chinh. Di chỉ khảo cổ học Đồng Đậu. Hà Nội, Khoa Học Xã Hội, 1983.
DS559.93.D66L4 1983 Orien Viet
85-198368
166 p. illus.

710
Lê Xuân Trung. Khâm lâm sàng thâm kinh. Hà Nội, Y Học, 1978.
82-173258
149 p. illus.

711
Lê Xuyên. Kinh Cầu Muỗng: truyện dài. Glendale, CA, Đại Nam [1979?]
PL4378.9.L44K5 1979 Orien Viet
81-203169
2 v.

712
Lê Xuyên. Nguyệt Đồng-xoài: truyện dài tình cảm. [Los Alamitos, CA, Việt Nam, 1980?]
PL4378.9.L44N4 1980 Orien Viet
80-984237
2 v.

Reprint of the 1970 ed. published by Mây Hồng, Saigon.
Includes a reproduction of the t.p. of the 1970 ed.

713
Lê Xuyên. Vợ thầy Hương: tiểu thuyết tả chân, xã hội, tình cảm. Lancaster, PA, Xuân Thu [1980?]
PL4378.9.L44V6 1980 Orien Viet
80-984238
496 p.
Reprint of the 1965 ed. published by Miền Nam, Saigon.

714
Lê Xuyên. Vùng bão lửa: truyện dài. [United States, s.n., 1980?]
PL4378.9.L44V8 1980 Orien Viet
82-104366
543 p. (Tủ sách đẹp)
Reprint. Originally published: Saigon: Kim Lê, 1969.

715
Li, Tse. An-nam chí-Lược: quyển thủ; soạn giả, Lê-Tắc]. v. [1] + [s.l.] Viện Đại-học Huế, Ủy Ban Phiên-dịch Sử-liệu Việt-Nam, 1961 +
84-134310

716
Lịch sử Đảng cộng sản Việt Nam; trích văn kiện Đảng [của] Vụ biên soạn, Bản tuyên huấn trung ương. Hà Nội, Sách Giáo Khoa Mác—Lê-nin, 1979.
81-155795
3 v.

717
Lịch sử phong trào công nhân và công đoàn Việt Nam 1860–1945: sơ thảo lần thứ nhất [của] Ban Nghiên Cứu Lịch Sử Công Đoàn Việt Nam. In lần thứ 3. [s.l.] Lao Động, 1977.
HD8700.5.L52 1977 Orien Viet
83-154774
223 p. illus., plates.

718
Lịch sử quân đội nhân dân Việt Nam. v. [1] + In lần thứ 3. Hà Nội, Quân Đội Nhân Dân, 1977 +
UA853.V5L53 1977 Orien Viet
84-190951
illus.
At head of title: Ban nghiên cứu lịch sử quân đội thuộc Tổng cục chính trị.
Contents: tập 1. Dự thảo tóm tắt.

719
Lịch sử văn học Việt Nam. v. 1+ 1980+
PL4378.L47 1980 Orien Viet
85-114046
Hà Nội, Khoa Học Xã Hội.

720
Liên bang cộng hòa xã hội chủ nghiã Xô-Viết. Hà Nội, Sự Thật, 1978.
DK17.L52 1978 Orien Viet
83-147401
228 p. map, plates.
Includes bibliographical references.

721
Liên-xô vĩ đại [của] C.B. [Hà Nội, Báo Nhân Dân, 1955?]
DK17.L53 Orien Viet
82-984004
30 p.
"Những câu chuyện của C.B. viết về Liên-xô trong mục 'Nói mà nghe' của báo Nhân Dân."

722
Liên Xô với Đại hội Ô-Lim-Pic lần thứ XXII [của] Ủy Ban Ô-Lim-Pic Việt Nam. Hà Nội. Thể Dục Thể Thao, 1980.
GV722 1980.L54 1980 Orien Viet
83-116025
159 p. illus., plates.

723
Linh Bảo. Mây tần: tuyển tập đoản văn. San Diego, CA, Việt Nam Hải Ngoại, 1981.
PL4378.9.L5M39 1981 Orien Viet
82-208422
37 p.

724
Linh Bảo. Tầu ngựa cũ: truyện ngắn. [Saigon] Đời nay, 1961.
PL4378.9.L5T3 1961 Orien Viet
83-152644
124 p.

725
Lôi Tam. Tên đời. [Culver City, CA] Tiểu Thuyết Nguyệt San [198]
PL4378.9.L58T4 1981 Orien Viet
83-151851
103 p. illus. (Tủ sách văn học)

726
Long Giang Tử. Những trang sử đẫm mồ-hôi của họ 'Cholon Vietnam.' Cholon, Jeanne D'Arc Cholon Vietnam Parish, c1972.
BX4640.V52C485 1972 Orien Viet
83-180340
213 p. illus., plates.

727
Lớp học của tình thương: tập truyện ký về cháu ngoan bác Hồ. Thành phố Hồ Chí Minh Đoàn Thanh niên cộng sản Hồ Chí Minh [1980]
PZ90.V5L66 1980 Orien Viet
83-177985
112 p. illus.

728
Lư Giang. Hạnh phúc trên thế gian. Hà Nội, Phụ Nữ, 1977.
MLCS83/8004 (P)
83-113381
95 p.

729
Lư Giang, Mai Thanh Hải, and Hồng Liên. Đường sáng. Hà Nội, Phụ Nữ, 1978.
PL4378.8.L8 1978 Orien Viet
83-114283
187 p.

730
Lữ Huy Nguyên. Chiều sâu thành phố: thơ. Hà Nội, Văn Học, 1978.
MLCS83/5495 (P)
83-136667
82 p.

731
Lữ Phương. Cuộc xâm lăng về văn hóa và tư tưởng của đế quốc Mĩ tại miền nam Việt Nam. Hà Nội, Văn Hóa, 1981.
83-144664
239 p. illus.

732
Lửa thương yêu, lửa ngục tù. Spark of life: tiểu thuyết [của] Vũ Kim Thu, dịch. Fort Smith, AR, Sông Mới [19   ]
82-104356
465.

733
Luận cương chính trị năm 1930 của đảng. Hà Nội, Sự Thật, 1983.
JQ898.D25L83 1983 Orien Viet
84-244648
30 p.

734
Lương Sĩ Cầm. Lê Đình Chinh: truyện anh hùng lực lượng công an nhân dân vũ trang. Hà Nội, Quân Đội Nhân Dân, 1980.

PL4378.9.L82L4 1980 Orien Viet
83-187795

127 p.

735
Lương Sĩ Cầm *and others*. Vọng gác tiền tiêu. [Hà Nội] Phổ Thông, 1978.

PL4378.8V6 Orien Viet
80-984141

125 p. illus.

736
Lương Thê Nam. Tuổi thơ: tập truyện. Fort Smith, AR, Sống Mới [19   ]

MLCS83/2231 (P)
83-106565

266 p.

737
Lương Văn Đang *and* Đinh Thái Hương. Giảng văn. v. [1–2]+ Hà Nội, Đại Học và Trung Học Chuyên Nghiệp, 1982+

PL4378.A53 1982 Orien Viet
83-146007

At head of title: Khoa ngữ văn, Đại học sư phạm I Hà Nội.
Includes bibliographical references.

738
Lương Xuân Nhị. Giải phẫu tạo hình. [Hà Nội] Văn Hóa [1978]

NC760.L77 1978 Orien Viet
82-166992

164 p. illus.

739
Lưu Động. Bước đầu theo Đảng; hồi ký. [Hà Nội] Thanh Niên, 1961.

HX400.5.A8L88 Orien Viet
81-984059

92 p.

740
Lưu Quang Thuận. Cám ơn thời gian: tập thơ. [Hà Nội] Tác Phẩm Mới, Hội Nhà Văn Việt Nam, 1982.

PL4378.9.L85C3 1982 Orien Viet
83-185828

111 p.

741
Lưu Quang Vũ *and* Thế Long. Một vùng mặt trận. Hà Nội, Phụ Nữ, 1980.

PL4378.9.L854M6 1980 Orien Viet
83-116895

80 p.

742
Lưu Trần Tiêu. Khu mộ cổ Châu Can; với sự cộng tác [của] Trịnh Căn. [Hà Nội] Viện Bảo Tàng Lịch Sử Việt Nam, 1977.

DS559.93.C46L88 1977 Orien Viet
82-184538

85 p. illus.
Includes summary in French.
Includes bibliographical references.

743
Lưu Trọng Lư. Mùa thu lớn. [Hà Nội] Tác Phẩm Mới, 1978.

PL4378.9L87Z47 Orien Viet
79-984396

182 p.

744
Lưu Văn Vong. Mếu cười: thơ di cư. Paris, Hội Phổ Biến Văn Hóa Việt Nam, 1977–1980 [i.e. 1981] (Houston, TX, Duy Nhân)

PL4378.9.L875M4 1981 Orien Viet
83-150121

73 p.

745
Lý Biên Cương. Tháng giêng: truyện ngắn. Hà Nội, Lao Động, 1979.

MLCS82/9873 (P)
82-220934

170 p.

746
Lý Biên Cương. Quả trong lòng tay: truyện ngắn. [Hà Nội] Tác Phẩm Mới, Hội Nhà văn Việt Nam, 1984.

PL4378.9.L89Q3 1984 Orien Viet
85-226698

177 p.

M

747

Mã Giang Lân, Bê Kiên Quốc, *and* Trần Mạnh Thường. Hoa và dòng sông: thơ. [s.l.] Tác Phẩm Mới, 1979.

MLCS82/10957 (P)
82-225210

188 p.

748

Ma Văn Cao. Lĩnh-Nam dật sử. [Ling-nan i shih] Trần-Nhật-Duật dịch; dịch giả, Bùi Đàn. In lần thứ 1. v. [1]+ [s.l.] Bộ Giáo-dục, Trung-tâm Học-liệu, 1968+

83-101927

(Tủ sách dịch-thuật)

749

Ma Văn Kháng. Đồng bạc trắng hoa xoè: tiểu thuyết. Hà Nội, Văn Học, 1978.

PL4378.9.M25D6 Orien Viet
80-984301

574 p.
Errata slip inserted.

750

Ma Văn Kháng. Góc rừng xinh xắn: tập truyện ngắn, viết về chủ đề chống quân Trung quốc xâm lược. Hà Nội, Thanh Niên, 1980.

PL4378.9.M25G6 1980 Orien Viet
83-186153

132 p.

751

Mai Đình Yên. Định loại cá nước ngọt các tỉnh phía bắc Việt Nam. Hà Nội, Khoa học và kỹ thuật, 1978.

QL634.V55M34 Orien Viet
81-171134

339 p. 48 p. of plates, illus.
Bibliography: p. 328–31.

752

Mai Hộ. Tội ác và cái giá phải trả. Hà Nội, Thanh Niên, 1972.

DS559.2.M35 1972 Orien Viet
82-190567

132 p. illus.

753

Mai Ngữ. Điểm cao: tập truyện. Hà Nội, Văn Học, 1972.

PL4378.9.M28.D5 1972 Orien Viet
83-185583

160 p.

754

Mai Thảo. Ánh sáng miền Nam: truyện dài; phỏng theo cốt truyện của César Amigo. [s.l.] Sáng Tạo, 1956.

83-153318

307 p.

755

Mai Thảo. Sau khi bão tới: truyện dài. [Los Alamitos. CA, Việt Nam, 1980?]

PL4378.9.M3S22 1980 Orien Viet
80-984239

313 p.
Reprint of the 1968 ed. published by Màn Ảnh, Saigon.

756

Mai Thế Chính. Bên những quả bom chờ nổ: chuyện viết về Anh hùng Lực lượng vũ trang nhân dân binh chủng công binh Nguyễn Ngọc Sâm. Hà Nội, Quân Đội Nhân Dân, 1979.

PL4378.9.M275B4 1979 Orien Viet
83-189787

191 p.

757

Mai Văn Tân. Truyện cổ Vân Kiều. Hà Nội, Văn Hoá Dân Tộc, 1978.

GR313.5.V35M34 1978 Orien Viet
80-984154

274 p.
Errata slip inserted.

758

Mai Văn Tạo *and others.* Nhìn qua biên giới: ký và truyện. [s.l.] Văn Nghệ Thành Phố Hồ Chí Minh, 1980.

MLCS83/2716 (P)
83-115571

158 p.

759

Mai Vui *and others.* Tia nắng: tập truyện ngắn. Hà Nội, Thanh Niên, 1970.

PL4378.8.T59 1970 Orien Viet
83-182807

94 p. illus.

760

Mẫn Giác, Thích. Đại cương đạo đức học phật giáo.

Lần thứ 1. LA [i.e. Los Angeles], CA, Trung Tâm Văn Hóa Phật Giáo Việt Nam, 1981.

BQ5395.M34 1981 Orien Viet
82-144951

55 p.

761
Mạnh Việt. Mở lại tập hồ sơ Sơn Mỹ: nhân dịp tưởng niệm 10 năm ngày đồng bào Sơn Mỹ bị giặc Mỹ sát hại, 16-3-1968—16-3-1978. Hà Nội, Quân Đội Nhân Dân, 1978.

DS557.8.S58M36 Orien Viet
80-984107

95 p. illus., plates.

762
Mặt trận dân tộc giải phóng miền Nam Việt-Nam: một số tài liệu về Tuyên ngôn, chương trình, lời kêu gọi của Mặt trận dân tộc giải phóng miền Nam Việt-Nam, của các Mặt trận dân tộc giải phóng các miền và của các tổ chức trong Mặt trận. Hà Nội, Sự Thật, 1961.

DS556.9.M355 1961 Orien Viet
83-138470

121 p.

763
Mặt trận phía sau: tập truyện kỷ niệm sâu sắc trong đời Bộ đội. Hà Nội, Quân Đội Nhân Dân, 1980.

PL4378.8.M35 1980 Orien Viet
83-177996

183 p.

764
Màu xanh nhớ bác: tập thơ. Hà Nội, Lao Động, 1980.

PL4378.6.M38 1980 Orien Viet
83-140332

103 p.

765
Mấy vấn đề kinh tế trước mắt. Hà Nội, Sự Thật, 1980.

HC444.M39 1980 Orien Viet
82-190598

103 p.
Includes bibliographical references.

766
Mấy vấn đề về Then Việt Bắc. Hà Nội, Văn Hóa Dân Tộc, 1978.

NX578.6.V52M665 1978 Orien Viet
83-188721

354 p.

767
Mẹ người anh hùng. Hà Nội, Phụ Nữ, 1982.

PL4378.8.M4 1982 Orien Viet
84-143506

83 p.

768
Miền nam Việt Nam đất nước, con người; ký họa của Cổ Tấn Long Châu *and others*. v. [2]+ [Hà Nội] Giải Phóng, 1967+

N7314.M54 1967 Orien Viet
83-192403

illus.

769
Minh Đức Hoài Trinh. Bài thơ cho quê hương. [s.l., s.n., 1980?]

PL4378.9.M5B34 Orien Viet
80-984356

[34] p.

770
Minh Đức Hoài Trinh. Bên ni, bên tê. [United States] Nguyễn Quang [1981?]

PL4378.9.M5B4 1981 Orien Viet
83-137634

304 p.

771
Minh Giang. Cao nguyên xanh. Hà Nội, Quân Đội Nhân Dân, 1979.

MLCS82/10962 (P)
82-234956

209 p.

772
Minh Giang. Tiếng đàn tranh: tiểu thuyết. Huế, Thuận Hóa, 1982.

PL4378.9.M515T5 1982 Orien Viet
83-184049

287 p.

773
Minh Hà. Trường Hận. Vancouver, WA, Minh Hà, 1978.

PL4378.9.M52T7 Orien Viet
79-984403

63 p. illus.

774
Minh Huê. Ngọn cờ bến thủy: viết theo lời kể của đồng chí Nguyễn Phúc, ủy viên thường vụ xứ ủy

Trung kỳ 1930–1931. Tái bản có bổ sung. [s.l.]
Thanh Niên [1979]

MLCS82/5951
82-179371

173 p.

775
Minh Lãng. Trường hận ca: người vượt biển. San
Diego, CA, Tủ Sách Bút Quê [1984]

PL4378.9.M53T7 1984 Orien Viet
85-100213

63 p. illus.

776
Minh Võ. Sách lược xâm lăng của cộng sản. In lần thứ
2. [Saigon] 1970.

HX44.M523 1970 Orien Viet
81-984048

187 p.

777
Mộng Tuyết. Gây hoa cúc: thơ của Thất Tiểu Muội;
Thi Vũ đề bạt. Paris, Rừng Trúc, 1974.

PL4378.9.M63G3 1974 Orien Viet
84-131289

75 p.

778
1972, một năm vĩ đại. Hà Nội, Quân Đội Nhân Dân,
1973.

DS557.7.A15 1973 Orien Viet
83-154767

77 p. (Đánh mạnh thắng to; tập 9)

779
Một nhành xuân: thơ. In lần thứ 1. [Hà Nội] Tác Phẩm
Mới, Hội Nhà Văn Việt Nam, 1980.

PL4378.6.M68 1980 Orien Viet
83-188178

235 p.

780
Một số đặc điểm của chủ nghĩa bành trướng Trung
Quốc chống Việt Nam, Lào, Cam-Pu-Chia. Hà Nội,
Thông Tin Lý Luận, 1984.

DS546.5.C6M67 1984 Orien Viet
85-202042

157 p.

781
Một số tác giả và tác phẩm trong Ngô Gia Văn Phái.

[s.l.] Ty Văn Hóa và Thông Tin Hà Sơn Bình, 1980.
85-107890

231 p.

782
Một số vấn đề về tổ chức sản xuất và quản lý kinh tế ở
huyện; Mai Hữu Khuê chủ biên; Nguyễn Đình
Nam, Tôn Tích Thạch. Hà Nội, Khoa Học Xã Hội,
1981.

85-116888

364 p.

783
Một số vấn đề về tổ chức và lãnh đạo trong trường đào
tạo công nhân kỹ thuật [của] Ủy ban dạy nghề thuộc
Hội đồng Bộ trưởng Liên-xô. Hà Nội, Công Nhân
Kỹ Thuật, 1977.

82-104363

187 p. illus.

784
Một số văn kiện của Đảng và chính phủ về tiểu công
nghiệp và thủ công nghiệp. Hà Nội, Sự Thật, 1978.

HD2346.V5M67 Orien Viet
79-984367

159 p.

785
Một số văn kiện của Đảng về công tác giáo dục lý luận
và chính trị: tài liệu học tập nghiệp vụ huấn học lớp
trung cấp lưu hành nội bộ. Hà Nội, Sách Giáo Khoa
Mác—Lê-nin, 1978.

LA1186.D36 1978 Orien Viet
82-101504

389 p.

786
Một vài vấn đề về phương thức lãnh đạo của đảng
trong giai đoạn mới của cách mạng. Hà Nội, Sự
Thật, 1981.

JQ298.D36N48 1981 Orien Viet
84-161356

50 p.

787
Mười tài liệu chứng minh âm mưu của cộng sản Việt-
Nam tại Kampuchea: tháng tám 1969 đến tháng tư
1970. [s.l., s.n., 1978?]

DS554.8.M86 Orien Viet
79-984418

1 portfolio;
Vietnamese or Khmer.

788

Nà Văn Năm *and others*. Tục ngữ Thái. Hà Nội, Văn
Hóa   Dân Tộc, 1978.

PN6519.V5T8 1978 Orien Viet
80-984176

156p.
Bibliography: p. 151–54.

789

Nam Chi *and others*. Góp bút. Los Angeles, CA, Hội
Sinh Viên Việt Nam tại University of California,
Los Angeles, 1981.

PL4378.5.G66 1981 Orien Viet
82-204961

115 p. illus.
"Đặc san UCLA 1980–81."

790

Nam Hà. Đất miền đông: tiểu thuyết. Hà Nội, Quân
Đội Nhân Dân, 1984.

85-200203

583 p.

791

Nam Hà. Khi tổ quốc gọi lên đường: thơ. [   ]
Văn Học Giải Phóng, 1976.

MLCS83/5527 (P)
83-110732

120 p.

792

Nam Hà. Mặt trận đông bắc Sài gòn: ký sự. In lần
thứ 2. [Thành phố Hồ Chí Minh Văn Học, 1978]

DS557.8.S24N35 1978 Orien Viet
80-984076

255 p.
Errata slip inserted.

793

Nam Mộc. Luyện thêm chất thép cho ngòi bút: bình
luận văn học. Hà Nội, Văn Học, 1978.

PL4378.05.N26 Orien Viet
80-984392

403 p.
Includes bibliographical references.
Errata slip inserted.

794

50 năm, chiến đấu, 50 năm thắng lợi. [Hà Nội, Thông
Tấn Xã Việt Nam, 1980]

DS556.8.A14 1980 Orien Viet
82-214382

140 p. illus., plates.

795

Năm mươi năm hoạt động của Đảng cộng sản Việt
Nam [của] Ban nghiên cứu lịch sử Đảng trung
ương. Hà Nội, Sự Thật, 1979.

JQ298.D36D36 1979 Orien Viet
82-169479

318 p. illus.

796

Nàng dâu: tập kịch ngắn. [Hà Nội] Văn Hóa [1978]

PL4378.7.N3 Orien Viet
80-984115

399p.

797

Nắng sớm: tập thơ [của] nhiều tác giả nữ. Hà Nội,
Phụ Nữ, 1978.

MLCS82/9874(P)
82-220936

111 p.

798

Nghệ thuật tạo hình Việt Nam. Hà Nội, Văn Hóa,
1975.

N7314.6.N43 Orien Viet
80-984084

124 leaves illus.
Includes introd. in English and French.

799

Nghị quyết hội nghị lần thứ sáu ban chấp hành
Trung ương Đảng (khóa IV) về phương hướng,
nhiệm vụ phát triển công nghiệp hàng tiêu dùng và
công nghiệp địa phương. [Hà Nội] Sự Thật [1979]

HD9736.V542N44 1979 Orien Viet
82-216632

31 p.
At head of title: Đảng cộng sản Việt Nam.

800

Nghiêm Duy. Tự điển điện và điện tử Anh Việt [của]
Nghiêm Duy và một nhóm giáo sư, kỹ sư Trung
tâm Kỹ thuật. [Saigon] Văn Minh [1973]

TK9.N43 Orien Viet
80-984037

252 p. illus.
Cover also has title: Electricity and electronics
dictionary.

801

Nghiêm Đa Văn. Đất mặn đất ngọt; bìa và minh họa

của Nguyễn Thụ. Hà Nội, Kim Đồng, 1980.

PZ90.V5N38 1980 Orien Viet
83-115595

131 p. illus.

802

Nghiêm Đa Văn. Gió mặn: truyện. Hà Nội, Lao Động, 1982.

PL4378.9.N432G5 1982 Orien Viet
84-127156

249 p.

803

Nghiêm Đa Văn. Ngã ba đất đỏ: truyện ngắn. In lần thứ 1. [s.l.] Tác Phẩm Mới, 1978.

MLCS83/5531(P)
83-111747

167 p.

804

Nghiêm Đa Văn. Nguyễn Đức Cảnh; bìa và minh họa của Đặng Đức Sinh. Hà Nội, Kim Đồng, 1979.

82-126452

158 p. illus.

805

Nghiêm Lệ Quận. Đường tình mang tên em: tiểu-thuyết tình-cảm xã-hội. Fort Smith, AR, Sông Mới [19   ]

MLCS83/2226(P)
83-105800

448 p.

806

Nghiêm Lệ Quân. Đường tình mấy trạm: tiểu thuyết tình cảm xã hội. [Glendale, CA] Tinh Hoa Miền Nam [1980?]

PL4378.9.N435D8 1980 Orien Viet
80-984241

482 p.

Reprint of the 1971 ed. published by Bốn Phương, Saigon.

807

Nghiêm Lệ Quân. Long đong: tiểu thuyết tình cảm xã hội. [Glendale, CA, distributed by Dainamco, 1980?]

PL4378.9.N435L6 1980 Orien Viet
80-984340

456 p.

Reprint of the 1967 ed. published by Nam Cường, Saigon.

Includes a reproduction of the t.p. of the 1967 ed.

808

Nghiêm Lệ Quân. Mái tóc dạ hương: truyện dài tình cảm xã hội. Fort Smith, AR, Sông Mới [1980?]

PL4378.9.N435M3 1980 Orien Viet
82-110279

218 p.

Reprint. Originally published: 1974.

809

Nghiêm Lệ Quân. Nửa gối cô đơn. Glendale, CA, Tinh Hoa Miền Nam [1980?]

PL4378.9.N435N8 1980 Orien Viet
81-203165

469 p.

Reprint. Originally published: Saigon, Miền Nam, 1968.

810

Nghiêm Văn Tân. Đài hoa tím: truyện ký. Hà Nội, Phụ Nữ, 1978.

PL4378.9.N4357D3 1978 Orien Viet
82-126438

178 p.

811

Nghiêm Xuân Hồng. Từ binh-pháp Tôn-Ngô đến chiến-lược nguyên-tử. v. [1–2] Saigon, Quan Điểm [1965–1966]

U27.N47 1965 Orien Viet
83-191679

illus.

Includes bibliographical references.

812

Nghiệp vụ công tác đội thiếu niên tiền phong Hồ Chí Minh. Hà Nội, Kim Đồng, 1980.

HX400.5.D63N43 1980 Orien Viet
83-135900

189 p. (Tủ sách người phụ trách)

813

Nghiệp vụ xuất bản sách [của] Khoa xuất bản, Trường tuyên huấn trung ương. Hà Nội, Sách Giáo Khoa Mác—Lê-nin, 1979.

Z464.V5N46 1979 Orien Viet
82-158896

214 p. illus.

814

Ngô Bá Thành *and* Nguyễn Châu. Nghề đánh ruốc và cách làm mắm ruốc. Saigon, Trung-tâm Quốc-gia Khảo-cứu Khoa-học, 1963.

82-218435

72 p. illus.

815

Ngô Gia Văn Phái, Nguyễn Đức Vân, *and* Kiều Thu Hoạch. Hoàng Lê nhất thống chí: tiểu thuyết lịch sử. v. [1] + In lần thứ 3 có sửa chữa. Hà Nội, Văn Học, 1984 +

85-220762

(Tủ sách văn học mọi nhà)

816

Ngô Hoàng Anh *and others.* Hương đồng: thơ. In lần thứ 1. [Hà Nội] Tác Phẩm Mới, Hội Nhà Văn Việt Nam, 1981.

PL4378.6.H8 1981 Orien Viet
84-127179

135 p.

817

Ngô Mạnh Lân *and* Trần Ngọc Thanh. Phim hoạt họa Việt Nam. Hà Nội, Văn Hóa, 1977.

NC1766.V53N45 Orien Viet
79-984353

213 p. illus.
Bibliography: p. 213 p.
Errata slip inserted.

818

Ngô Ngọc Bội. Ao làng: tiểu thuyết. Hà Nội, Văn Học, 1975.

PL4378.9.N4414A87 Orien Viet
80-984011

319 p.

819

Ngô Quân Miện. Hoa đồng; bìa và minh họa của Hồ Quảng. Hà Nội, Kim Đồng, 1978.

PZ90.V5N4 Orien Viet
80-984336

30 p. illus.

820

Ngô Quân Miện *and* Nguyễn Bùi Vợi. Bông hoa cỏ, mặt gương soi: thơ. [s.l.] Tác Phẩm Mới, Hội Nhà Văn Việt Nam, 1981.

PL4378.6.N42 1981 Orien Viet
84-126887

86 p.

821

Ngô Quang Đệ *and* Nguyễn Mộng Mênh. Kỹ thuật giồng cây rừng. Hà Nội, Nông Nghiệp, 1981.

SD235.V5N4 1981 Orien Viet
83-144261

127 p. illus.

822

Ngô Quang Nam. Dòng máu: truyện viết về anh hùng

Trần Cừ. Hà Nội, Thanh Niên, 1982.

PL4378.9.N4416D6 1982 Orien Viet
83-184723

283 p.

823

Ngô Sĩ Liên. Đại việt sử ký toàn thư. Cao Huy Giu phiên dịch; Đào Duy Anh hiệu đính, chú giải và khảo chứng. v. [4] + Hà Nội, Khoa Học Xã Hội [1968–   ]

DS556.6.N45 1968 Orien Viet
82-218018

Includes index.

824

Ngô Sĩ Liên. Đại việt sử ký toàn thư. Cao Huy Giu phiên dịch; Đào Duy Anh hiệu đính, chú giải và khảo chứng. In lần thứ 2, có sửa chữa. v. [2–4] Hà Nội, Khoa Học Xã Hội [1971–1973]

DS556.6.N45 1971 Orien Viet
84-171968

825

Ngô Sĩ Liên. Đại việt sử ký toàn thư: dịch theo bản khắc in năm chính hòa thứ 18 (1667). v. [1] + Lời giới thiệu, Nguyễn Khánh Toàn; khảo cứu về tác giả, văn bản, tác phẩm, Phan Huy Lê; dịch và chú thích, Ngô Đức Thọ; hiệu đính, Hà Văn Tấn. Hà Nội, Khoa Học Xã Hội, 1983 +

85-230919

illus.

826

Ngô Thảo. Từ cuộc đời chiến sĩ; tiểu luận phê bình. Hà Nội, Quân Đội Nhân Dân, 1978.

PL4378.05.N4 1978 Orien Viet
82-218428

252 p.

827

Ngô Thị Liễu. Đời nghệ thuật Ngô Thị Liễu; Lê Ngọc Cầu ghi. Hà-Nội, Văn Hóa, 1977.

PN2898.N46A33
80-984082

243 p. illus., plates.

828

Ngô Thì Nhậm. Thơ văn Ngô Thì Nhậm; người dịch, Cao Xuân Huy. v. [1] + Hà Nội, Khoa Học Xã Hội, 1978 +

PL4378.9.N4434A6 1978 Orien Viet
81-155760

Contents:—Trúc Lâm tông chỉ nguyên thanh.

829

Ngô Thì Nhậm. Tuyển tập thơ văn Ngô Thì Nhậm;
chủ biên, Cao Xuân Huy, Thạch Can; dịch xuôi và
chú thích, Mai Quốc Liên, Thạch Can; dịch thơ,
phú, Khương Hữu Dụng, Ngô Linh Ngọc. Hà
Nội, Khoa Học Xã Hội, 1978.

PL4378.9.N4434A6 1978b Orien Viet
81-151313

2 v.

830

Ngô Thực. Ba người ở một nhà: tập truyện. [s.l.] Tác
Phẩm Mới, Hội Nhà Văn Việt Nam, 1982.

PL4378.9.N4438B3 1982 Orien Viet
84-158025

192 p.

831

Ngô Thực. Gương mặt đồng chiêm. Hà Nội, Phụ Nữ,
1977.

PL4378.9.N4438G8 Orien Viet
80-984121

96 p.

832

Ngô Văn Hòa *and* Dương Kinh Quốc. Giai cấp công
nhân Việt Nam những năm trước khi thành lập
Đảng. Hà Nội, Khoa Học Xã Hội, 1978.

HD8700.5.N44 Orien Viet
79-984397

411 p.

At head of title: Ủy ban khoa học xã hội Việt
Nam, Viện Sử học.

Bibliography: p. 405–11.

Errata slip inserted.

833

Ngô Văn Phú. Tháng năm, mùa gặt: thơ. [s.l.] Thanh
Niên, [197]

PL4378.9.N444T5 1978 Orien Viet
83-117972

115 p.

834

Ngô Văn Phú *and* Nguyễn Phan Hách. Ở đất Hoa lộc.
Hà Nội, Phụ Nữ, 1977.

PL4378.9.N444O2 Orien Viet
80-984095

97 p.

835

Ngô Văn Phú *and others*. Đàn cuốc; bìa và minh họa
của Nguyễn Thọ, Hoàng Hữu, Đoàn Thanh. Hà

Nội, Kim Đồng, 1978.

MLCM83/2097 (P)
83-116920

25 p. illus.

836

Ngô Xuân Hậu. Thi ca chiến tranh và tình yêu; tuyển
tập. [s.l.] Năm, 1980.

PL4378.9.N4445T5 Orien Viet
81-173037

235 p.

837

Ngọc Linh. Như hạt mưa sa: truyện dài. Fort Smith,
AR, Sông Mới, 1979.

PL4378.9.N445N5 1979 Orien Viet
82-108404

313 p.

Reprint. Originally published: Saigon, Miền
Nam, 1967.

Ngọc Ngà:
see Cô Ngọc Ngà

838

Ngôi sao vũ Ba Lê: tập truyện ký. Hà Nội, Phụ Nữ,
1981.

PG3289.V5N45 1981 Orien Viet
83-185818

140 p.

839

Ngọn cờ giải phóng: rút những bài đã đăng trong báo
"Cờ giải phóng" và tạp chí "Cộng sản" xuất bản hồi
bí mật; tựa của Trần-huy-Liệu. In lần thứ 5. Hà
Nội, Sự Thật, 1976.

DS556.8.N45 1976 Orien Viet
83-143692

206 p.

840

Ngọn đuốc. Hà Nội, Văn Học, 1980.

84-126792

528 p.

841

Ngữ-vựng nguyên-tử-năng Anh-Việt, có phần đối-
chiếu Việt-Anh. Bộ Giáo-dục và Thanh-niên, Ủy-
ban Quốc-gia soạn-thảo danh-từ Chuyên-môn,
Tiểu-ban Nguyên-tử-năng. In lần thứ 1. [s.l.] Trung-
tâm Học-liệu, 1969.

83-180324

194 p.

842
Nguyễn Ngu Í. Sống và viết với Nhất Linh *and others*. [Sai-gon] Ngòi Xanh, 1966.

83-188473

371 p. illus.

843
Người chiến sỹ. [s.l.] Thanh Niên [1977]

MLCS83/5494 (P)
83-136663

201 p. illus.

844
Người Hà Nội: Hồi ký. [Hà Nội] Sở Văn Hóa Thông Tin Hà Nội [1965]

82-190605

200 p.

845
Người Hà Nội: hồi ký cách mạng và kháng chiến. Hà Nội, Sở Văn Hóa Thông Tin, 1970.

DS553.5.N48 1970 Orien Viet
80-984017

401 p.

846
Người mẹ Hà Nội: truyện ký; của nhiều tác giả. [s.l.] Hà Nội, 1978.

MLCS83/2075 (P)
83-108135

211 p.

847
Người mẹ suối lũng pô: truyện ký. Hà Nội, Phụ Nữ, 1979.

MLCS82/5046
82-163224

106 p.

848
Người Thứ Tám. Ba lê—mắt biếc môi hồng: tiểu thuyết gián điệp. Lancaster, PA, Xuân Thu [1980?]
PL4378.9.N4477B3 1980 Orien Viet
82-102320

446 p.

849
Người Thứ Tám. Bắc-kinh 72 giờ nghẹt thở: tiểu thuyết gián điệp[của] Người Thứ Tám [i.e. Bùi Anh Tuấn]. Lancaster, PA, Xuân Thu [1980?]
PL4378.9.B77B3 1980 Orien Viet
80-984240

394 p. (Tủ sách Z. 28)
Reprint of the 1970 ed. published by Hành Động, Saigon

850
Người Thứ Tám. Cạm bẫy trên giòng Chao Phya: tiểu

thuyết gián điệp. Lancaster, PA, Xuân Thu [1980?]
PL4378.9N4477C3 1980 Orien Viet
82-102317

326 p. (Tủ sách z. 28)
Reprint. Originally published: Saigon, Hành Động, 1969.

851
Người Thứ Tám. Hận vàng Ấn-độ: tiểu thuyết gián điệp. [Lancaster, PA, Xuân Thu, 1980?]
PL4378.9.N4477H3 1980 Orien Viet
82-102310

415 p. (Tủ sách Z. 28)

852
Người Thứ Tám. Mèo Xiêm, cọp Thái: tiểu thuyết gián điệp [của] Người Thứ Tám [i.e. Bùi Anh Tuấn]. [Lancaster, PA, Xuân Thu, 1978]
PL4378.9.B77M4 1978
79-985006

320 p. (Tủ sách Z. 28)

853
Người Thứ Tám. Nhà thám tử cô đơn: tiểu thuyết đen. Lancaster, PA, Xuân Thu [19   ]
PL4378.9N4477N5 1900z Orien Viet
82-102323

352 p. (Tủ sách Z. 28)

854
Người Thứ Tám. Núi đá tiên tri: tiểu thuyết gián điệp [của] Người Thứ Tám [i.e. Bùi Anh Tuấn]. [Lancaster, PA, Xuân Thu, 1978]
PL4378.9.B77N8 1978 Orien Viet
79-985005

385 p. (Tủ sách Z. 28)
Reprint of the 1970 ed. published by Hành Động, Saigon. Includes a reproduction of the t.p. of the 1970 ed.

855
Nguồn sữa trắng: truyện và ký [của] nhiều tác giả. Hà Nội, Phụ Nữ, 1978.

MLCS83/2072 (P)
83-108142

135 p.

856
Nguyễn An *and others*. Tự điển tinh thể học Nga-Việt. Russko-v'etnamskii kristallograficheskii slovar. Hà Nội, Khoa Học và Kỹ Thuật, 1978.

QD902.T83 Orien Viet
80-984318

139 p.

857
Nguyễn Anh. Ngô Quyền: truyện lịch sử. Hà Nội, Thanh Niên, 1984.
PL4378.9.N4478N4 1984 Orien Viet
85-196415
294 p.

858
Nguyễn Anh *and* Đào Nguyên. Một số vấn đề bộ đội cần biết về kinh tế nông nghiệp. Hà Nội, Quân Đội Nhân Dân, 1979.
HD2080.5.N48 1979 Orien Viet
83-134795
150 p. illus.
Includes bibliographical references.

859
Nguyễn Anh Dũng. Về chủ nghĩa bành trướng Đại Hán trong lịch sử. Hà Nội, Thông Tin Lý Luận, 1982.
DS736.N52 1982 Orien Viet
83-151773
191 p.
Errata slip inserted.
Bibliography: p. 187–91.

860
Nguyễn Bảo. Người ở thượng nguồn: tiểu thuyết. Hà Nội, Quân Đội Nhân Dân, 1983.
PL4378.9.N4479N4 1983 Orien Viet
85-197419
245 p.

861
Nguyễn Bích Huệ. Đồng bạc Việt-Nam và các vấn đề liên-hệ. [Saigon] Phạm Quang Khai, 1968.
HG1250.5.N48 Orien Viet
81-984047
186 p. illus. (Tủ sách tiền bộ.)

862
Nguyễn Bình. Hương: tiểu thuyết. [s.l.] Phụ Nữ, 1981.
PL4378.9.N547979H8 1981 Orien Viet
84-143402
158 p.

863
Nguyễn Bình. Những ngày đã qua: tiểu thuyết. Hà Nội, Lao Động, 1978.
MLCS83/2071 (P)
83-105867
355 p.

864
Nguyễn Bỉnh Khiêm. Trạng Trình Nguyễn-Bỉnh-Khiêm thi-tập [của]; Hoàng-Xuân Sưu-tập và Chú-dẫn. [Bruxelles] Thanh Long [1980]
PL4378.9.N4484T7 1980 Orien Viet
80-984371
58 p. (Collection vietnamienne; no. 5)
Reprint of the 1959 ed. published by Anh Phương, Saigon.

865
Nguyễn Bùi Vợi. Anh là chiến sĩ. Hà Nội, Kim Đồng, 1977.
PZ90.V5N43 Orien Viet
79-984290
155 p. illus.

866
Nguyễn Chí Thanh. Những bài chọn lọc về quân sự. Hà Nội, Quân Đội Nhân Dân, 1977.
DS553.1.N48 Orien Viet
79-984333
671 p. illus., plates.

867
Nguyễn Chí Thiện. Hoa địa-ngục. English & Vietnamese. Selections. Flowers from hell; Hoa địa-ngục; a bilingual edition of poems selected and translated from the Vietnamese by Huỳnh Sanh Thông. New Haven, Southeast Asia Studies, Yale University, c1984.
PL4378.9.N4487H6213 1984
84-50325
136 p. illus. (The Lạc-Việt series; no. 1)

868
Nguyễn Chí Trung. Khi dòng sông ra đến cửa: tập truyện và ký. Hà Nội, Quân Đội Nhân Dân, 1981.
PL4378.9.N449K48 1981 Orien Viet
84-125318
136 p.

869
Nguyễn Chí Trung. Thơ tình. Saigon, Rừng Đen, c1981.
PL4378.9.N449T48 1981 Orien Viet
83-170627
88 p. illus.

870
Nguyễn Chuông. Đường tới chân trời: tự truyện. Hà Nội, Quân Đội Nhân Dân, 1980.
MLCS82/9867 (P)
82-220057
283 p.

871
Nguyễn Công Hòa. Thăm đất nước Cu-Ba anh hùng. [Hà Nội] Lao Động [1961]

F1765.2.N48 1961 Orien Viet
83-182809
90 p.

872
Nguyễn Công Hoan. Hỏi chuyện các nhà văn: Nguyễn Đình Thi, Chu Văn, Bùi Hiển, Tô Hoài, Tú Mỡ, Tế Hanh. [Hà Nội] Tác Phẩm Mới, 1977.

PL4378.9.N45H58 Orien Viet
79-984297
208 p.

873
Nguyễn Công Hoan. Người cập rằng hầm xây lúa; trình bày và minh họa, Mai Long. Hà Nội, Kim Đồng, 1978.

PZ90.V5N44 Orien Viet
80-984337
13 p. illus.

874
Nguyễn Công Hoan. Nhớ và ghi. [Hà Nội] Tác Phẩm Mới, 1978.

PL4378.9.N45N5 Orien Viet
80-984366
131 p.

875
Nguyễn Du. Thơ chữ hán Nguyễn Du. Nhóm biên soạn, Lê Thước and others. In lần thứ 2. [Hà Nội] Văn Học, 1978.

PL4378.9.N5A6 1978 Orien Viet
81-203192
467 p.

876
Nguyễn Du. Truyện Kiều. Hà Nội, Văn Học, 1979.
PL4378.9.N5T7 1979 Orien Viet
82-213173
287 p.

877
Nguyễn Dương Quang. Bệnh lý ngoại khoa gan—mật thường gặp ở Việt Nam. Hà Nội, Y Học, 1980.
RC845.N47 1980 Orien Viet
81-203195
217 p.

878
Nguyễn Dương Quang and Nguyễn Đức Ninh. Phẫu

thuật ống tiêu hóa. Hà Nội, Y Học, 1980.
RD540.N46 1980 Orien Viet
82-184240
225 p. illus.

879
Nguyễn Dương Quang and others. Hướng dẫn xử trí vết thương; thư ký biên soạn, Đặng Kim Châu. Hà Nội, Y Học, 1979.

83-114936
239 p.

880
Nguyễn Duy. Phóng sự 30-4-75: thơ. Thành Phố Hồ Chí Minh, Văn Nghệ, 1981.

MLCS83/2076 (P)
83-116038
61 p.

881
Nguyễn Duy Cần. Lão-tử tinh-hoa. Lao-tzu ching hua. Fort Smith, AR, Sống Mới [1980?]
BL1900.L35N48 1980 Orien Viet
84-130864
258 p.

882
Nguyễn Duy Cần. Phật-học tinh-hoa. For hsüeh ching hua. Fort Smith, AR, Sống Mới [198]
BQ4018.V5N468 1983 Orien Viet
84-130889
311 p. illus.

883
Nguyễn Duy Hinh. Đề-Thám: con hùm Yên-thê Saigon, Khai-Trí [1961]
DS556.83.H6N48 Orien Viet
80-984125
125 p.

884
Nguyễn Duy Ngọ. Thuyết sinh vật học Mít-su-rin. [Hanoi] Hội Văn Hóa Việt Nam [1950]
83-191882
40 p.

885
Nguyễn Duy Thông, Lê Hữu Tầng and Nguyễn Văn Nghĩa. Tìm hiểu chủ nghĩa vật biện chứng. Hà Nội, Khoa Học Xã Hội, 1979.
B809.8.N49 1979 Orien Viet
82-167212
317 p.
Includes bibliographical references.

886·
Nguyễn Duy Trinh. Mặt trận ngoai giao thời kỳ chống Mỹ cứu nước, 1965–1975. Hà Nội, Sự Thật, 1979.
DS557.7N4 1979 Orien Viet
82-173508
318 p. port.

887
Nguyễn Duy Trinh. Ra sức tranh thủ những điều kiện quốc tế thuận lợi góp phần đẩy mạnh xây dựng chủ nghĩa xã hội và làm tốt nghĩa vụ quốc tế. Hà Nội, Sự Thật, 1978.
DS559.912.N355 1978 Orien Viet
83-188745
131 p. illus.

888
Nguyễn Đăng Kỳ. Vang Krum: tiểu thuyết. In lần thứ 1. [Hà Nội] Tác phẩm mới, Hội Nhà văn Việt Nam, 1979.
PL4378.9.N455V3 Orien Viet
81-203187
293 p.

889
Nguyễn Đăng Mạnh. Nhà văn, tư tưởng và phong cách: phê bình, tiểu luận. [Hà Nội] Tác Phẩm Mới, 1979.
82-167069
228 p.

890
Nguyễn Địch Dũng. Đoan: tập truyện. In lần thứ 1. [s.l.] Tác Phẩm Mới, 1979.
MLCS82/945
82-163172
139 p.

891
Nguyễn Địch Dũng. Sóng lửa: tập truyện. Hà Nội, Phụ Nữ, 1983.
PL4378.9.N459S6 1983 Orien Viet
84-241428
117 p.

892
Nguyễn Điện. Kết quả nghiên cứu khoa học kỹ thuật, 1960–1980. [Hà Nội] Nông Nghiệp, 1980.
S675.N494 1980 Orien Viet
82-190560
223 p. illus.
At head of title: Viện Công cụ và Cơ giới hóa nông nghiệp.

893
Nguyễn Đình. Thơ. In lần thứ 1. [s.l.] Tác Phẩm Mới, 1978.
MLCS83/2074 (P)
83-105868
106 p. illus., plates.

894
Nguyễn Đình Cát. Những vần đề kiến tạo học. Hà Nội, Khoa Học và Kỹ Thuật, 1977.
QE28.2.N47 1977 Orien Viet
83-141194
463 p. illus.

895
Nguyễn Đình Chiểu: Ký niệm lần thứ 160 năm ngày sinh của nhà thơ (1822–1982). Hà Nội, Cục Thông Tin và Cổ Động, 1982.
PL4378.9.N46Z82 1982 Orien Viet
83-144967

896
Nguyễn Đình Chiểu. Nguyễn Đình Chiểu toàn tập [của] Ca Văn Thỉnh, Nguyễn Sỹ Lâm, Nguyễn Thạch Giang biên khảo và chú giải; Lương Văn Đang biên tập, Nguyễn Việt Châu trình bày, v. [1] + Hà Nội, Đại Học và Trung Học Chuyên Nghiệp, 1980 +
PL4378.9.N46A114 1980 Orien Viet
82-184152
illus.

897
Nguyễn Đình Chính. Đá xanh ở thung lũng cháy. Hà Nội, Quân Đội Nhân Dân, 1978.
PL4378.9.N462D3 Orien Viet
80-984175
131 p.

898
Nguyễn Đình Chính. Giếng chìm: truyện. [s.l.] Hà Nội, 1980.
PL4378.9.N462G5 1980 Orien Viet
83-116889
130 p.

899
Nguyễn Đình Chính. Xưởng máy nhỏ vất vả của tôi: tiểu thuyết. Hà Nội, Lao Động, 1978.
PL4378.9.N462X8 Orien Viet
80-984364
154 p.

900
Nguyễn Đình Phúc. Vài nét về văn nghệ truyền thống

Campuchia (ca-múa-nhạc) Hà Nội, Khoa Học Xã
Hội, 1981.
GV1703.C3N48 1981 Orien Viet
83-144194
215 p. illus.

901
Nguyễn Đình Thi. Vỡ bờ: tiểu thuyết. In lần thứ 3. v.
[1–2] [Hà Nội] Tác Phẩm Mới, 1980–1982.
PL4378.9.N47V6 1980 Orien Viet
82-210484

902
Nguyễn Đình Thiều. Nàng Kiều: truyện dài. [Glendale,
CA, Tinh Hoa Miền Nam, 1980?]
PL4378.9.N474N3 1980 Orien Viet
80-984242
494 p.
Reprint of the 1972 ed. published by Tinh-Hoa,
Saigon. Includes a reproduction of the t.p. of the
1972 ed.

903
Nguyễn Đình Thiều. Thúy Kiều Giao Chỉ: phóng sự
xã hội độc đáo duyên dáng trào lộng. Fort Smith,
AR, Sông Mới.
MLCS82/9861 (P)
82-219095
192 p.

904
Nguyễn Đình Tiên. Chân dung tướng ngụy Sài Gòn.
Hà Nội, Quân Đội Nhân Dân, 1979.
PL4378.9.N473C47 Orien Viet
81-172852
315 p.

905
Nguyễn Đỗ Vũ. Những ngày kỷ niệm và lịch sử. [Hà
Nội] Phổ Thông, 1978.
DS556.8.N464 1978 Orien Viet
82-165149
167 p.

906
Nguyễn Đức Khảm. Mối ở miền bắc Việt Nam. Hà
Nội, Khoa Học và kỹ Thuật, 1976.
QL529.25.V5N48 1976 Orien Viet
82-188654
219 p. illus.

907
Nguyễn Đức Liêm. Thủy mặc. Ist ed. Washington,

D.C., Nguyễn Đức Liêm, 1984.
PL4378.9.N51414T48 1984 Orien Viet
84-90629
156 p. illus., plates.

908
Nguyễn Đức Mậu. Mưa trong rừng cháy: thơ. [s.l.]
Văn Học Giải Phóng, 1976.
MLCS83/2064 (P)
83-105872
104 p.

909
Nguyễn Đức Mậu. Trường ca sư đoàn. Hà Nội, Quân
Đội Nhân Dân, 1980.
PL4378.9.N5142T7 1980 Orien Viet
83-185657
98 p.

910
Nguyễn Đức Thuận. Bất khuất; lời tựa của Phạm-
Hùng In lần thứ 1. Hà Nội, Thanh Nên, 1967.
MLCS83/2077 (P)
83-108150
487 p. illus., plates.

911
Nguyễn Hoa *and others*. Chùm quả mùa dâu: thơ. Hà
Nội, Quân Đội Nhân Dân, 1981.
MLCS82/10953 (P)
82-226243
99 p.

912
Nguyễn Hoàng Phương. Ga-li-lê. Hà Nội, Văn Hóa,
1979.
QB36.G2N48 Orien Viet
81-173061
345 p. illus., plates.
Bibliography: p. 343–44.

913
Nguyễn Hồng. Khi đứa con ra đời: [tiểu thuyết]. Hà
Nội, Văn Học, 1976.
PL4378.9.N516K5 Orien Viet
81-984063
445 p.
Errata slip inserted.

914
Nguyễn Hồng. Những nhân vật ấy đã sống với tôi:
hồi ký văn học. [Hà Nội] Tác Phẩm Mới, 1978.
PL4378.9.N516Z52 Orien Viet
80-984075

306 p.
Includes bibliographical references.

915
Nguyễn Hồng Sinh. Chỉ thêu thành gẩm: truyện ký.
Hà Nội, Phụ Nữ, 1977.
PL4378.9.N5162C5 Orien Viet
80-984353
113 p.

916
Nguyễn Hồng Trung. Nổi cớ: truyện. Hà Nội, Lao
Động, 1983.
PL4378.9.N51625N6 1983 Orien Viet
84-241547
204 p.

917
Nguyễn Huệ, King of Vietnam, 1752–1792. Đại-Việt
quốc-thư [của] Quang-Trung. Dịch-giả: Đình-Thụ
Hoàng-Văn-Hòe. [Saigon] Bộ Giáo-dục, 1967.
DS556.58.C5N48 1967 Orien Viet
81-984016
366 p. (Tủ sách dịch thuật)
Added title in Chinese.

918
Nguyễn Huệ, King of Vietnam, 1752–1792. Đại-Việt
quốc thư = [Ta yueh kuo shu] [của] Quang-Trung
[Kuang Chung]; dịch giả, đình thụ Hoàng = Văn-
Hòe. In lần thứ 2. Saigon, Trung tâm Học liệu, Bộ
Giáo-dục, 1973.
DS556.58.C5D5 1973 Orien Viet
83-106177
347 p.

919
Nguyễn Hùng Cường. Lịch sử quyền sách và thư viện.
Berkeley, CA, Ý Thức, 1982.
Z845.A2V56 1982 Orien Viet
82-223257
25 p. (Tủ sách Ý-Thức. Ý-Thức collections; 7)

920
Nguyễn Hữu and Bùi Nghiã Binh. Danh-từ cơ-thể-
học. Nomina anatomica. Nomenclature anatomique.
v. [1]+ [Saigon] Trung-tâm Quốc-gia Khảo-cứu
Khoa-học V.N., 1963+
QM7.N48 Orien Viet
80-984203
illus.
At head of title: Y-khoa Đại-học Saigon.
Contents: quyển 1. Cốt-học và khớp-học. Oteo-
logia syndesmologia. Osteologie arthrologie.

921
Nguyễn Hữu Nhàn. Dốc nắng: tiểu thuyết. Hà Nội,
Thanh Niên, 1984.
PL4378.9.N5166D6 1984 Orien Viet
85-225511
418 p.

922
Nguyễn Hữu Tuyển and Nguyễn Gia Phong. Tập làm
văn và ngữ pháp. Hà Nội, Đại Học và Trung Học
Chuyên Nghiệp, 1981.
PL4375.N33 1981 Orien Viet
83-145013
336 p. illus.

923
Nguyễn Huy. Đưa nông nghiệp từ sản xuất nhỏ lên
sản xuất lớn xã hội chủ nghiã. Hà Nội, Khoa Học
Xã Hội, 1981.
HD2080.5.N49 1981 Orien Viet
85-107992
227 p.

924
Nguyễn Huy Tự and Nguyễn Thiện. Truyện hoa tiên;
Đào Duy Anh, khảo đính, chú thích, giới thiệu. Hà
Nội, Văn Học, 1978.
83-134922
221 p.

925
Nguyễn Huy Tưởng. Lá cờ thêu sáu chữ vàng, bìa và
minh họa của Tạ Thúc Bình. In lần thứ 4. Hà Nội,
Kim Đồng, 1979.
MLCS83/5496 (P)
83-136671
82 p. illus.

926
Nguyễn Huy Tưởng. Nguyễn Huy Tưởng tuyển tập;
lời giới thiệu của Tô Hoài. [Hà Nội] Tác Phẩm
Mới, 1978.
PL4378.9.N517A6 1978
80-984110
577 p.

927
Nguyễn Huy Tưởng. Sống mãi với thủ đô: tiểu thuyết.
In lần thứ 2. Hà Nội, Văn Học, 1972.
PL4378.9.N517S6 1972 Orien Viet
84-136833
493 p. illus.

928
Nguyễn Khắc Kham. Sơ-thảo mục-lục thư-tịch về

phật-giáo Việt-Nam. A bibliography on Vietnamese Buddhism. Saigon, Bộ Quốc-gia giáo-dục. Nha Văn-khố và Thư-viện Quốc-gia [1963]

Z7861.V5N47 1963 Orien Viet
83-189918

32 leaves.

929
Nguyễn Khắc Ngữ. Những ngày cuối cùng của Việt-Nam Cộng-Hòa. [Montreal] Nhóm Nghiên-cứu Sử-địa [1979]

DS557.7.N44 Orien Viet
80-984243

430 p. maps. (Tủ sách nghiên-cứu sử-địa)
Bibliography: p. 425–30.
Errata slip inserted.

930
Nguyễn Khắc Phê. Chỗ đứng người kỹ sư: tiểu thuyết. Hà Nội, Lao Động, 1980.

PL4378.9.N5193C5 1980 Orien Viet
83-182337

466 p.

931
Nguyễn Khắc Tụng. Nhà cửa các dân tộc ở trung du Bắc bộ Việt Nam. Hà Nội, Khoa Học Xã Hội, 1978.

NA7434.V5N5
81-171113

146 p. illus.
At head of title: Ủy ban khoa học xã hội Việt Nam, Viện dân tộc học.
Bibliography: p. 142–143.
Errata slip inserted.

932
Nguyễn Khắc Viện. Ngây thơ: một số suy nghĩ về tâm lý trẻ em và giáo dục. In lần thứ 2. Hà Nội, Phụ Nữ, 1978.

BF721.N518 1978 Orien Viet
80-984370

121 p. illus.

933
Nguyễn Khắc Viện. Từ sinh lý đến dưỡng sinh; hình vẽ của Minh Kính. In lần thứ 2 có sửa chữa, bổ sung. Hà Nội, Y Học, 1983.

85-198449

87 p. illus.

934
Nguyễn Khải. Cách mạng: kịch. Hà Nội, Quân Đội Nhân Dân, 1978.

PL4378.9.N523C3 Orien Viet
80-984183

106 p.

935
Nguyễn Khải. Cha và con và—: tiểu thuyết. In lần thứ 1. [s.l.] Tác Phẩm Mới; Hội Nhà Văn Việt Nam, 1979.

MLCS82/5240
82-165514

218 p.

936
Nguyễn Khải. Chiến sĩ: tiểu thuyết. Hà Nội, Quân Đội Nhân Dân, 1973.

PL4378.9.N523C47 1973 Orien Viet
82-122114

448 p.

937
Nguyễn Khải. Chủ tịch huyện: truyện. Hà Nội, Văn Học, 1972.

PL4378.9.N523C48 1972 Orien Viet
83-182792

158 p.

938
Nguyễn Khánh. Một vài vấn đề về phương thức lãnh đạo của Đảng trong giai đoạn mới của cách mạng. Hà Nội, Sự Thật, 1981.

JQ298.D36N48 1981 Orien Viet
84-161356

50 p.
Includes bibliographical references.

939
Nguyễn Khánh Toàn *and others*. Tiếng Việt và dạy đại học bằng tiếng Việt. In lần thứ 2. Hà Nội, Khoa Học Xã Hội, 1975.

LC201.7.V5T53 1975 Orien Viet
81-171629

130 p.

940
Nguyễn Khánh Toàn, Đặng Thái Mai, *and* Phan Huy Lê. Nguyễn Trãi (1380–1442). Hà Nội, Committee for Social Sciences of the Socialist Republic of Vietnam, 1980.

DS556.73.N55N413 1980 Orien Viet
82-194419

81 p. illus.
Includes bibliographical references.

941
Nguyễn Khuyến. Thơ Nôm Yên Đổ, Tú Xương. Bảo Vân sưu-tầm và chú-thích. [Toronto] Quê Hương [1980]

PL4378.9.N5236T48 1980 Orien Viet
80-984372
200 p.
Bibliography: p. 198.

942
Nguyễn Khuyến. Thơ văn Nguyễn Khuyến. Xuân Diệu giới thiệu. In lần thứ 2, có sửa chữa. Hà Nội, Văn Học, 1979.

PL4378.9.N5236A6 1979 Orien Viet
81-203173
458 p. plates, port.

943
Nguyễn Kiên. Khuôn mặt: những chuyện kể; của một cán bộ huyện, Nguyễn Kiên. [s.l.] Thanh Niên [197]
MLCS83/2067 (P)
83-108156
139 p.

944
Nguyễn Kiên. Vụ mùa chưa gặt: tập truyện ngắn. In lần thứ 3, có sửa chữa, bổ sung. Hà Nội, Văn Học, 1982.

PL4378.9N524V8 1982 Orien Viet
83-184778
247 p. (Tủ sách văn học hiện đại Việt Nam)

945
Nguyễn Kim Long *and others*. Tuyển truyện không quân. [Lancaster, PA, Xuân Thu, 1980]
PL4378.8.T83 Orien Viet
80-984249
305 p.

946
Nguyễn Kim Thản. Động từ trong tiếng Việt. Hà Nội, Khoa Học Xã Hội, 1977.

PL4374.N465 Orien Viet
79-984329
270 p.
Bibliography: p. 261–67.

947
Nguyễn Lam. Phát triển công nghiệp hàng tiêu dùng và công nghiệp địa phương. Hà Nội, Sự Thật, 1980.
HD3616.V53N49 1980 Orien Viet
83-134494
77 p.

948
Nguyễn Lân Dũng. Sử dụng vi sinh vật để phòng trừ sâu hại cây trồng. Hà Nội, Khoa Học và Kỹ Thuật, 1981.

MLCS82/10964 (Q)
82-226294
167 p. illus.

949
Nguyễn Lang. Việt Nam Phật giáo sử luận. [In lần thứ 2]. [Paris] Lá Bối [1977]
BQ492.N44 1977 Orien Viet
80-984391
2 v. illus.

950
Nguyễn Lộc. Phố tôi những ngày nổi dậy; bìa và minh họa của Lưu Yên. Hà Nội, Kim Đồng, 1970.
PZ90.V5N445 1970 Orien Viet
83-115519
103 p. illus. (Tủ sách sao vàng)

951
Nguyễn Lộc. Văn học Việt Nam: nửa cuối thế kỷ XIX. Tái bản có bổ sung và sửa chữa. Hà Nội, Đại Học và Trung Học Chuyên Nghiệp, 1976.
PL4378.05.N444 1976 Orien Viet
81-149570
355 p.
"Lịch sử văn học Việt Nam."
Bibliography: p. 343–52.

952
Nguyễn Lộc. Văn học Việt Nam: nửa cuối thế kỷ XVIII, nửa đầu thế kỷ XIX. Hà Nội, Đại Học và Trung Học Chuyên Nghiệp, 1976–1978.
PL4378.05.N444 Orien Viet
79-984095
2 v.
"Lịch sử văn học Việt Nam." Errata slip inserted.
Bibliography: v. 2, p. 426–44.

953
Nguyễn Lực *and* Lương Văn Đang. Thành ngữ tiếng Việt; với sự cộng tác của. Nguyễn Đăng châu, Phạm Văn Thứ, Bùi Duy Tân. Hà-Nội, Khoa Học Xã Hội, 1978.

PL4379.N46 Orien Viet
81-171130
363 p.
Bibliography: p. 361–63.

954
Nguyễn Lương Bằng *and others*. Đầu nguồn: hồi ký

70

về bác Hồ. [In lần thứ 2] [Hà Nội] Văn Học, 1977.

DS560.72.H6D38 1977 Orien Viet
79-984059

458 p. plates.

955

Nguyễn Lương Bích. Đại nghĩa thắng hung tàn: những người trẻ làm nên lịch sử. v. [3]+ Hà Nội, Thanh Niên, 1984+

DS556.54.N44 1984 Orien Viet
85-226367

956

Nguyễn Lương Bích. Việt Nam ba lần đánh Nguyên toàn thắng. Hà Nội, Quân Đội Nhân Dân, 1981.

DS556.7.N42 1981 Orien Viet
85-107900

390 p.

957

Nguyễn Lương Ngọc *and* Lê Khả Kế. Tự điển học sinh (cấp II); ban biên tập, Đỗ Hữu Châu and others; với sự cộng tác của Lê Quang Bảo and others; minh họa trình bày Hồng Kỳ, Văn Thơ. In lần thứ 2. Hà Nội, Giáo Dục, 1971.

PL4377.T75 1971 Orien Viet
82-147446

724 p. illus., plates.
Errata slip inserted.

958

Nguyễn Lưu Viên. Chính-sách văn-hóa giáo-dục; diễn văn do Bác-Sĩ Nguyễn-Lưu-Viên đọc trong cuộc họp báo ngày 27-7-1966 của Nội-Các Chiến-Tranh. [Saigon, Bộ Văn-hóa Giáo-dục, 1966]

LA1180.N49 1966 Orien Viet
83-192512

22 p.

959

Nguyễn Mạnh Bảo. Kỳ-Môn độn giáp. Saigon, Cổ-Kim Ấn-Quán, 1959.

84-248669

670 p. illus.

960

Nguyễn Mạnh Bảo. Tam-lược Trương-Tử-Phòng (Trương-Lương) và Quân-Chính đời Đường do Lý-Vệ-Cộng, Lý-Tĩnh. Saigon, Cổ-Kim Ấn-quán, [1959]

84-194306

152 p.

961

Nguyễn Mạnh Côn. Tình cao thượng. [Lancaster, PA, Xuân Thu, 1978?]

PL4378.9.N526T5 Orien Viet
79-984351

115 p.

962

Nguyễn Mạnh Phát. Xoa bóp: tăng cường sức khỏe phòng bệnh và chữa bệnh. In lần thứ 2. [s.l.] Thể Dục Thể Thao, 1982.

84-248346

132 p. illus.

963

Nguyễn Mạnh Tuấn. Năm hòa bình đầu tiên: tập truyện ngắn. Hà Nội, Lao Động, 1978.

MLCS83/2065 (P)
83-105878

215 p.

964

Nguyễn Mạnh Tuấn. Tôi vẫn về nhà máy cũ: tập truyện ngắn. [s.l.] Thanh Niên [1978]

MLCS83/2502 (P)
83-107546

208 p.

965

Nguyễn Minh Châu. Miền cháy: tiểu thuyết. Hà Nội, Quân Đội Nhân Dân, 1977.

PL4378.9.N527M5 Orien Viet
79-984296

483 p.

966

Nguyễn Minh Châu. Những ngày lưu lạc; bìa và minh họa của Hà Quang Phương. Hà Nội, Kim Đồng, 1981.

MLCS82/7680
82-208014

151 p. illus.

967

Nguyễn Minh Châu. Những người đi từ trong rừng ra: tiểu thuyết Hà Nội, Quân Đội Nhân Dân, 1982.

PL4378.9.N527N5 1982 Orien Viet
83-185836

360 p.

968

Nguyễn Minh Nghị. Tự điển Latinh-Việt tên thực vật.

Hà Nội, Khoa Học và Kỹ Thuật, 1970.

QK9.N48 Orien Viet
81-984000

292 p.

969
Nguyễn Mỹ. Cuộc chia ly màu đỏ. Sắc cầu vòng: thơ [của] Nguyễn Trọng Định. Hà Nội, Hà Nội, 1979.
PL4378.6.N438 1979 Orien Viet
83-188335

63 p.

970
Nguyễn Năng An. Từ điển Nga-Việt: 24,000 từ kèm theo, có bảng tóm tắt ngữ pháp tiếng Nga. Hà Nội, Đại Học và Trung Học Chuyên Nghiệp, 1972.
83-153325

772 p.

971
Nguyễn Nghiệp. Cao Bá Quát. Hà Nội, Văn Hóa, 1982.
PL4378.9.C37Z79 1982 Orien Viet
83-144623

245 p.
Errata slip inserted. Includes bibliographical references.

972
Nguyễn Nghiệp. Mấy suy nghĩ một tấm lòng: phê bình, tiểu luận. Hà Nội, Văn Học, 1978.
PL4378.05.N445 1978 Orien Viet
82-218407

267 p.

973
Nguyễn Ngọc. Rẻo cao: tập truyện ngắn. In lần thứ 2 có bổ sung. Hà Nội, Văn Học, 1980.
83-177980

110 p.

974
Nguyễn Ngọc and others. Nhận mặt kẻ thù. [Thành phố Hồ Chí Minh] Thanh Niên [1980]
PL4378.8.N565 1980 Orien Viet
83-139712

67 p.

975
Nguyễn Ngọc and others. Vì tuổi thơ. In lần thứ 1. [s.l.] Tác Phẩm Mới; Hội Nhà Văn Việt Nam, 1982.
PN1009.A1V45 1982 Orien Viet
83-144862

226 p. illus.

976
Nguyễn Ngọc Doãn and others. Dược lực học. Hà Nội, Y Học, 1979.
RM300.D86 Orien Viet
81-159880

2 v. illus.

977
Nguyễn Ngọc Lanh. Hỏi đáp về sinh lí con người chúng ta: thần kinh, giác quan. v. [6]+ Hà Nội, Khoa Học và Kỹ Thuật [1977]+
QP38.N58 1977 Orien Viet
83-141185

illus.
Contents:—tập 6. Thần kinh, giác quan.

978
Nguyễn Ngọc Liễn. Bức tranh làng: truyện ngắn. Hà-Nội, Văn Học, 1978.
PL4378.9.N5314B8 Orien Viet
80-984080

102 p.

979
Nguyễn Ngọc Minh. Chủ tịch Hồ Chí Minh: sự nghiệp xây dựng nhà nước kiểu mới và pháp luật ở Việt Nam. Hà Nội, Khoa Học Xã Hội, 1982.
DS560.72.H6N47 1982 Orien Viet
83-144609

107 p.
Includes bibliographical references.

980
Nguyễn Ngọc Mô. Nguyễn Trãi: (thư mục chuyên đề biên soạn nhân dịp kỷ niệm 600 năm [sic] sinh của Nguyễn Trãi); Bộ Văn hóa và Thông tin, Thư viện quốc gia; [biên soạn, Nguyễn Ngọc Mô]. Hà Nội, Bộ Văn Hóa và Thông Tin, Thư Viện Quốc Gia, 1980.
Z8624.6.N483 1980 Orien Viet
82-102344

112 p.

981
Nguyễn Ngọc Xuân. Phan Trần truyện. Paris, Imprimerie Nationale, 1943.
PL4378.9.P5835 1943 Orien Viet
84-196029

38 p.

982
Nguyễn Như Hà. Chúng đông nhưng không mạnh.

Hà Nội, Quân Đội Nhân Dân, 1979.
DS559.916.N45 1979 Orien Viet
82-169471

65 p.

983
Nguyễn Như Mai. Con cóc xấu xí; bìa và minh họa của Huy Quang. Hà Nội, Kim Đồng, 1978.
MLCS83/2076 (P)
83-108055

20 p. illus.

984
Nguyễn Nhược Pháp. Ngày xưa. [Ấn hành lần thứ 2]. [Saigon] Cảo Thơm, 1966.
PL4378.9.N5338N5 1966 Orien Viet
80-984145

92 p. illus., plates.

985
Nguyễn Phi Hoành. Lược sử mỹ thuật Việt Nam. Hà Nội, Khoa Học Xã Hội, 1970.
N7314.N45 1970 Orien Viet
82-218414

315 p. illus., [120] p. of plates.

986
Nguyễn Phi Hoành. Một số nền mỹ thuật thế giới. [Hà Nội] Văn Hóa, 1978.
N5300.N43 Orien Viet
81-203151

338 p. illus.
Errata slip inserted.
Bibliography: p. 336–38.

987
Nguyễn Phúc. Những khuynh hướng chủ yếu của hội họa tư sản hiện đại. Hà Nội, Văn Hóa, 1978.
ND195.N49 1978 Orien Viet
82-184523

64 p. illus., plates.

988
Nguyễn Phúc Lai *and others*. Vùng điểm lửa: truyện ngắn. [Hà Nội] Tác Phẩm Mới, 1977.
PL4378.8.V83 Orien Viet
79-984295

170 p.

989
Nguyễn Quang Hà *and others*. Huế những ngày nổi dậy. [Hà Nội] Tác Phẩm Mới, 1979.
PL4378.8.H83 1979 Orien Viet
82-202431

403 p.

Nguyễn Quang Nhạ;
see Tô Giang Tử

990
Nguyễn Quang Quyền. Các chủng tộc loài người. Hà Nội, Khoa Học và Kỹ Thuật, 1978.
GN60.N47 Orien Viet
80-984188

119 p.
Errata slip inserted.

991
Nguyễn Quang Sáng. Người con đi xa: tập truyện ngắn. [Hà Nội] Tác Phẩm Mới , 1977.
PL4378.9.N539N3 Orien Viet
79-984291

121 p.

992
Nguyễn Quang Thân. Lựa chọn: tiểu thuyết. Hà Nội, Phụ Nữ, 1978.
MLCS83/2066 (P)
83-105883

323 p.

993
Nguyễn Quang Thận. Nếp gấp: tập truyện. Hà Nội, Thanh Niên, 1979.
MLCS83/5497 (P)
83-136678

210 p.

994
Nguyễn Quang Tính, Thi Nhị, *and* Vân Long. Qua những miền đất: thơ. In lần thứ 1. [s.l.] Tác Phẩm Mới, 1980.
MLCS83/5498 (P)
83-136680

126 p.

995
Nguyễn Quang Trứ. Binh-pháp tinh-hoa: 13 thiên binh-pháp Tôn-Võ Tử đối chiếu các nguyên-lý hành binh và các trận đánh lớn của lịch-sử Đông Tây hiện-đại và cận-đại, Nguyễn Quang Trứ phiên-dịch, luận-giải. Saigon, Tân Việt, 1963.
83-189926

183 p. illus. (Tủ sách kẻ sĩ thời-đại)

996
Nguyễn Quốc Phong. Tinh thần sáng chế Việt-Nam. Wichita, KS, Ngày Nay, c1983.
T339.N48 1983 Orien Viet
84-130338

100 p., illus.

997
Nguyễn Quyêt. Hà Nội tháng Tám: hồi ký. Hà Nội, Quân Đội Nhân Dân, 1980.
DS559.93.H36N47 1980 Orien Viet
84-126777
187 p.
Includes bibliographical references.

998
Nguyễn Quyêt. Mẫy kinh nghiệm công tác quân sự địa phương ở Quân khu ba. In lần thứ 2 có bổ sung, sửa chữa. Hà Nội, Quân Đội Nhân Dân, 1978.
83-133582
123 p.

999
Nguyễn Sinh. Hương bưởi: tập truyện ngắn. Hà Nội, Phụ Nữ, 1976.
PL4378.9.N5455H8 Orien Viet
80-984091
144 p.

1000
Nguyễn Sinh. Năm tháng và tình yêu: truyện ký. In lần thứ 2. Hà Nội, Phụ Nữ, 1978.
PL4378.9.N5455N3 1978 Orien Viet
80-984113
174 p.

1001
Nguyễn Tài Cẩn. Một số vần dề ngôn ngữ học Việt Nam. Hà Nội, Đại Học và Trung Học Chuyên Nghiệp, 1981.
PL4371.M67 1981 Orien Viet
83-145109
535 p. illus.
Errata slips inserted.

1002
Nguyễn Tài Cẩn. Nguồn gốc và quá trình hình thành cách đọc Hán Việt. Hà Nội, Khoa Học Xã Hội, 1979.
82-159051
339 p. illus.

1003
Nguyễn Tài Thư. Cao Bá Quát, con người và tư tưởng. Hà Nội, Khoa Học Xã Hội, 1980.
PL4378.9.C37Z794 1980 Orien Viet
83-134503
219 p.
Includes bibliographical references.

1004
Nguyễn Thạc Cát. Tự điển hóa học; biên soạn, Chu Xuân Anh and others. v. [2]+ Hà Nội, Khoa Học và Kỹ Thuật [1982]+
QD5.T795 1982 Orien Viet
83-145985
illus.

1005
Nguyễn Thanh Lê. Trung Quốc sau Đại hội lần thứ XII. Hà Nội, Thông Tin Lý Luận, 1984.
JQ1519.A5N45 1984 Orien Viet
85-201140
64 p.

1006
Nguyễn Thành Long. Ly sơn mùa tới: tập truyện ngắn và ký. Hà Nội, Tác Phẩm Mới, Hội Nhà Văn Việt Nam, 1980.
PL4378.9.N5465L9 1980 Orien Viet
83-181562
187 p.

1007
Nguyễn Thảo Uyên Ly. Lá vỡ dưới chân. [Glendale, CA] Tinh Hoa Miền Nam [1980?]
PL4378.9.N54653L3 1980 Orien Viet
80-984245
211 p.
Reprint of the 1974 ed. published by Tự lực, Saigon.

1008
Nguyễn Thảo Uyên Ly. Người tình tuyệt vời. [Glendale, CA, Tinh Hoa Miền Nam, 1980?]
PL4378.9.N54653N4 1980 Orien Viet
80-984246
312 p.
Reprint of the 1973 ed. published by Thế Hệ Trẻ, Saigon. Includes a reproduction of the t.p. of the 1973 ed.

1009
Nguyễn Thê Giang. Kinh đô cũ: Hoa Lư. Hà Nội, Văn Hóa, 1982.
83-144651
132 p. illus., plates.

1010
Nguyễn Thi. Truyện và ký. [In lần thứ 2]. Hà Nội, Văn Học, 1978.
PL4378.9.N54655A6 1978 Orien Viet
80-984108
485 p.
Errata slip inserted.

1011
Nguyễn Thi. Ư ớc mở của đất. In lần thứ 3. Hà Nội, Quân Đội Nhân Dân, 1977.

PL4378.9.N54655U5 1977 Orien Viet
79-984293

140 p.

1012
Nguyễn Thị Cẩm Thạnh. Sao biển; Bìa và minh họa của Tạ Phương Thảo. Hà Nội, Kim Đồng, 1978.

PZ90.V5N45 1978 Orien Viet
83-107562

51 p. illus.

1013
Nguyễn Thị Định. Không còn đường nào khác: hồi ký của Nguyễn Thị Định; Trần Hương Nam, ghi. Tái Bản. Hà Nội, Phụ Nữ, 1968.

DS556.93.N526A36 1968 Orien Viet
82-190616

104 p. illus.

1014
Nguyễn Thị Hoàng. Dưới vầng hoa trắng: tập truyện. Fort Smith, AR, Sông Mới [19   ]

MLCS83/2224 (P)
83-105787

124 p.

1015
Nguyễn Thị Hoàng. Tuần trăng mật màu xanh: tiểu thuyết. [Glendale, CA] Tinh Hoa Miền Nam [1980?]

PL4378.9.N5466T78 1980 Orien Viet
80-984247

299 p.
Reprint of the 1973 ed. published by Đồng Nai, Saigon.

1016
Nguyễn Thị Hoàng. Vòng tay học trò: truyện dài. In lần thứ 4, tác giả có sửa chữa. [s.l., s.n., 1980?]

PL4378.9.N5466V6 1980 Orien Viet
80-984338

415 p.

1017
Nguyễn Thị Hương. Làm 102 thứ bánh, mứt VN. [Lancaster, PA, Xuân Thu, 1981?]

TX773.N5 1981 Orien Viet
82-159010

135 p. illus.
Reprint. Originally published: Saigon, Hoa Hương, 1974.

1018
Nguyễn Thị Ngọc Tú. Buổi sáng. Xuất bản lần thứ 1. [Hà Nội] Thanh Niên [1977]

PL4378.9.N54687B8 Orien Viet
79-984151

746 p.

1019
Nguyễn Thị Ngọc Tú. Ngõ cây bàng: tiểu thuyết. [Hà Nội] Nhà Xuất Bản Hà Nội, 1981.

PL4378.9.N54687N36 1981 Orien Viet
85-126020

223 p.

1020
Nguyễn Thị Ngọc Tú. Những dấu chấm phía chân trời: truyện ngắn. [s.l.] Văn Học, 1984.

PL4378.9.N54687N4 1984 Orien Viet
85-196798

216 p. (Văn Học Hiện Đại Việt Nam)

1021
Nguyễn Thị Như Trang. Cây thông non: tiểu thuyết. Hà Nội, Quân Đội Nhân Dân, 1978.

MLCS83/2088 (P)
83-105889

368 p.

1022
Nguyễn Thị Như Trang. Hoa cỏ đắng; bìa và minh họa Đặng Thị Khuê. [s.l.] Hà Nội, 1978.

PZ90.V5N455 1978 Orien Viet
83-112754

119 p. illus. (Tủ sách ngựa gióng)

1023
Nguyễn Thị Như Trang. Nhật ký Phnôm Pênh. [s.l.] Hà Nội, 1981.

PL4378.9.N5469N45 1981 Orien Viet
84-256750

163 p.

1024
Nguyễn Thị Thập. Lịch sử phong trào phụ nữ Việt Nam. Hà Nội, Phụ Nữ, 1980–1981.

HQ1750.5.N45 Orien Viet
82-100919

2 v. illus., ports.

1025
Nguyễn Thị Thuận. Chị Tư Già. Hồi ký cách mạng của đồng chí Nguyễn Thị Thuận. Lê Minh ghi. Hà

Nội, Phụ Nữ, 1969.

HX400.5.A6N48
80-984257

94 p. port.

1026

Nguyễn Thị Thụy Vũ. Thú hoang: truyện dài. Fort Smith, AR, Sông Mới, 1979.

PL4378.9.N547T5 1979 Orien Viet
81-203185

379 p.

Reprint. Originally published: Saigon, Hồng Đức, 1968. Cover dated 1978.

1027

Nguyễn Thị Vinh. Thương yêu: truyện dài. Fort Smith, AR, Sông Mới [19   ]

MLCS83/2229 (P)
83-106558

207 p.

1028

Nguyễn Thọ Sơn. Mặt trận giữa rừng: truyện ký. [Hà Nội] Thanh Niên [1978]

PL4378.9.N54745M3 Orien Viet
80-984180

167 p.

1029

Nguyễn Thoan. Lâm sinh học: giáo trình trung học lâm nghiệp. Hà Nội, Nông Nghiệp, 1980.

SD373.N56 1980 Orien Viet
82-190575

137 p. illus.
Bibliography p. [138]

1030

Nguyễn Thụy Long. Hạt giống của trời. Glendale, CA, Dainamco distributor [1981?]

PL4378.9.N5476H3 1981 Orien Viet
82-104367

303 p.
Originally published: Saigon, Âu Cơ, 1971.

1031

Nguyễn Thụy Ứng. Món hàng thể thao: truyện người thực việc thực. Hà Nội, Thể Dục Thể Thao, 1981.

GV734.N49 1981 Orien Viet
84-158132

266 p.

1032

Nguyễn Tiến Hỷ. Vấn đề đối lập chính trị. [Saigon, 1970]

DS556.8.N49 Orien Viet
81-984045

124 p. port. (Tủ sách Dân tự tiền).

1033

Nguyễn Tiến Lãng. Tiếng ngày xanh: truyện ngắn. Paris, Rừng Trúc, c1979.

PL4378.9.N54767T5 Orien Viet
80-984074

109 p.

1034

Nguyễn Trãi. Khí phách và tinh hoa của dân tộc. Hà Nội, Khoa Học Xã Hội, 1980.

DS556.73.N49N44 1980 Orien Viet
84-209086

369 p. illus., plates.

1035

Nguyễn Trãi. Thơ văn Nguyễn Trãi; tuyển chọn, Phan Sĩ Tân, Trần Thanh Đạm; dịch nghĩa và chú thích thơ chữ Hán, Đỗ Ngọc Toại; dịch thơ chữ Hán, Khương Hữu Dụng. Hà Nội, Giáo Dục, 1980.

PL4378.9.N54776A6 1980 Orien Viet
82-189032

307 p. illus.

1036

Nguyễn Trãi. Ức Trai tập; bản dịch của Hoàng Khôi; phiên dịch theo Phúc Khê nguyên bản. [Saigon] Ủy Ban Dịch Thuật, Phủ Quốc-vụ-khanh đặc-trách văn-hóa, 1971–1972.

PL4378.9.N54776A6 1971 Orien Viet
83-149679

2 v. illus. (Tủ sách cổ văn)
Includes original text in Chinese characters.

1037

Nguyễn Trãi, thân thế và sự nghiệp; Ủy ban khoa học xã hội Việt Nam, Viện sử học. Hà Nội, Khoa Học Xã Hội, 1980.

DS556.N55N44 Orien Viet
82-102343

119 p. illus.
Includes bibliographical references.

1038

Nguyễn Trãi, Thăng Long Hà Nội. [Hà Nội] Hội Văn Nghệ, 1980.

DS556.73.N49N45 1980 Orien Viet
82-202362

231 p. illus.
Includes bibliographical references.

1039
Nguyễn Trãi: thư mục chọn lọc, có chú giải. Hà Nội, Ủy Ban Khoa Học Xã Hội Việt Nam, Viện Thông Tin Khoa Học Xã Hội, 1980.

Z8624.6.N48 1980 Orien Viet
82-158931

207 p.

1040
Nguyễn Trãi: thư mục chuyên đề biên soạn nhân dịp kỷ niệm 600 năm (sic) sinh của Nguyễn Trãi. Hà Nội, Bộ Văn Hóa và Thông Tin, Thư Viện Quốc Gia, 1980.

Z8624.6.N483 1980 Orien Viet
82-102344

112 p.
Cover title.

1041
Nguyễn Trí Chi and others. Tự điển Pháp-Việt; chủ biên, Đặng Đình Thương. Hà Nội, Đại Học và Trung Học Chuyên Nghiệp, 1978.

PL4376.T79 Orien Viet
81-168617

598 p.

1042
Nguyễn Trí Huân. Dòng sông của Xô Nét: truyện. Hà Nội, Quân Đội Nhân Dân, 1980.

MLCS82/9868 (P)
82-224344

211 p.

1043
Nguyễn Trí Phùng and others. Hạnh và Đức thành công dân tốt: lớp năm; [họa-sĩ, Chi Xuân, and others. [s.l.] Bộ Quốc-gia Giáo-dục, 1960.

JQ883.H36 1960 Orien Viet
83-153258

153 p. illus. (Sách Công-dân Giáo-dục)

1044
Nguyễn Trọng Bỉnh, Nguyễn Linh, and Bùi Việt Nghi. Bảng đối chiều âm dương lịch 2000 năm và niên biểu lịch sử. Hà Nội, Khoa Học Xã Hội, 1976.

CE61.C6N48 1976 Orien Viet
79-984142

452 p.
Bibliography: p. [451]–52.

1045
Nguyễn Trọng Cồn. Phong trào công nhân trong cao trào Xô-viết Nghệ Tĩnh. Hà Nội, Lao Động, 1980.

HD8700.5.Z8H35 1980 Orien Viet
82-189036

103 p.

1046
Nguyễn Trọng Lân and Trịnh Sanh. Núi non nước ta. Hà Nội, Khoa Học và Kỹ Thuật, 1982.

GB304.N45 1982 Orien Viet
83-144201

140 p. illus.

1047
Nguyễn Trọng Lực. Tiếng nói của đồng ruộng hay là nghề nông Việt-Nam qua ca-dao tục-ngữ. Saigon, Vĩnh Bảo [1949]

PL4378.2.N36 1949 Orien Viet
83-147261

106 p. illus. (Sách hiểu biết)

1048
Nguyễn Trọng Oánh. Đất trắng: tiểu thuyết. v. [1]+ Hà Nội, Quân Đội Nhân Dân, 1979+

PL4378.9.N54784D3 Orien Viet
82-102334

1049
Nguyễn Trọng Oánh and others. Thơ: văn nghệ quân đội, 1957–1982. [s.l., 198?]

PL4378.6.T46 1982 Orien Viet
84-247451

324 p.

1050
Nguyễn Trọng Tạo. Con đường của những vì sao: trường ca đồng lộc. Hà Nội, Thanh Niên, 1981.

MLCS83/2068 (P)
83-108169

110 p.

1051
Nguyễn Trọng Tạo, Trần Nhượng, and Khuất Quang Thụy. Gương mặt tôi yêu: thơ. Hà Nội, Quân Đội Nhân Dân, 1980.

PL4378.6.N44 1980 Orien Viet
83-177943

88 p.

1052
Nguyễn Trung Thành. Trên quê hương những anh hùng Điện-Ngọc: truyện ngắn và ký. [s.l.] Giải Phóng, 1969.

MLCS83/2070 (P)
83-108160

149 p.

1053
Nguyễn Trương Thanh. Kỳ tích Chi Lăng. v. [1–2] Hà Nội, Thanh Niên, 1980–[1982]
DS556.39.N4 1980 Orien Viet
83-145663

1054
Nguyễn Tử Quang. Chính-trị cổ-nhân. [s.l.] Thọ Xuân, 1958.
83-138879
179 p.

1055
Nguyễn Tuân. Hà Nội ta đánh Mỹ giỏi. In lần thứ 3. [s.l.] Hà Nội, 1983.
PL4378.9.N547876H3 1983 Orien Viet
85-196767
191 p. illus., plates.

1056
Nguyễn Tuân. Quê hương: truyện dài. [Saigon] Trương Sơn [1969
PL4378.9.N547876Q4 1969 Orien Viet
80-984119
257 p.

1057
Nguyễn Tuân. Sông Đà. In lần thứ 2. [Hà Nội] Tác Phẩm Mới, 1978.
PL4378.9.N547876S6 1978 Orien Viet
80-984255
299 p.

1058
Nguyễn Tuân. Tuyển tập Nguyễn Tuân. v. [1]+ Hà Nội, Văn Học, 1981+
PL4378.9.N547876A6 1981 Orien Viet
83-145322
illus. (Văn Học Hiện Đại Việt Nam)

1059
Nguyễn Tường Phượng. Lược khảo binh-chế Việt-Nam qua các thời đại [của] Tiên-Đàm Nguyễn Tường Phượng. Hà Nội, Ngày Mai, 1950.
U43.V5N47 Orien Viet
81-984109
91 p.
Bibliography: p. [5]–6.

1060
Nguyễn Văn. Tình yêu làng quê: truyện. [s.l.] Thanh Niên, [197   ]
PL4378.9.N54789T5 1978 Orien Viet
83-107576
164 p.

1061
Nguyễn Văn Ái *and* Võ Huỳnh Mai. Sổ tay từ ngữ thường dùng: chính trị, kinh tế, văn hóa; bổ sung, hiệu đính, Nguyễn Kim Thản. [Thành Phố Hồ Chí Minh] Thành Phố Hồ Chí Minh, 1980.
PL4377.N43 1980 Orien Viet
83-151800
355 p.
Includes bibliographical references.

1062
Nguyễn Văn Bổng. Bên lề những trang sách: bút ký, phê bình văn học. In lần thứ 1. [s.l.] Tác Phẩm Mới, Hội Nhà Văn Việt Nam, 1982.
PL4378.05.N446 Orien Viet
83-144238
161 p.

1063
Nguyễn Văn Chính. 80 trò chơi lành mạnh. 80 games. [s.l.] Center for Applied Linguistics [196]
MLCS83/5270 (G)
83-132259
112 p. illus.

1064
Nguyễn Văn Hạnh. Suy nghĩ về văn học: tiểu luận, phê bình. Hà Nội, Văn Học, 1979.
PL4378.05.N447 1979 Orien Viet
82-167200
230 p.
Includes bibliographical references.

1065
Nguyễn Văn Hầu. Nửa tháng trong miền Thất Sơn. [Saigon] Hương Sen [1971]
DS559.92.T47N58 Orien Viet
80-984261
266 p. illus., maps.

1066
Nguyễn Văn Hoan. Mùa hội chim; tranh, Phùng Phẩm, 1980. [s.l.] Hà Nội, 1980.
MLCS83/2090 (P)
83-118208
131 p. illus.
At head of title: Vì tương lai con em chúng ta.

1067
Nguyễn Văn Hoan. Ngọn lửa xanh: tiểu thuyết. [s.l.] Hà Nội, 1983.
PL4378.9.N547924N4 1983 Orien Viet
85-197422
297 p.

1068

Nguyễn Văn Hoan. Pháo thủ số 7; bìa và minh họa, Nguyễn Đình Dũng. Hà Nội, Sở Văn Hóa Thông Tin, 1973.

MLCM83/2096 (P)
83-117946

28 p. illus.

1069

Nguyễn Văn Huyên. Thơ văn Phạm Văn Nghị. Hà Nội, Khoa Học Xã Hội, 1979.

PL4378.9.P524A6 1979 Orien Viet
82-126449

231 p. [2] p. of places, illus.

1070

Nguyễn Văn Lê. Khoa học lao động. In lần thứ 2 có bổ sung. Hà Nội, Lao Động, 1978.

T59.7.N49 1978 Orien Viet
82-167021

383 p. illus.

1071

Nguyễn Văn Minh *and others*. Lực lượng vũ trang nhân dân Tây Nguyên trong kháng chiến chống Mỹ, cứu nước. Hà Nội, Quân Đội Nhân Dân, 1980.

83-134266

389 p. illus., plates.

1072

Nguyễn Văn Sâm. Câu hò Vân Tiên. [Houston, TX] Gió Việt, 1985.

PL4378.9.N54794C38 1985 Orien Viet
85-213441

199 p. illus.

1073

Nguyễn Văn Thảo. Tìm hiểu bộ máy nhà nước: Quốc hội và Hội đồng Nhà nước, Hội đồng Bộ trưởng. Hà Nội, Pháp Lý, 1982.

JQ831.N49 1982 Orien Viet
85-104734

81 p.

1074

Nguyễn Văn Trân. Những vấn đề cơ bản trong đường lối công nghiệp hóa xã hội chủ nghĩa của Đảng. Hà Nội, Sự Thật, 1974.

HD3616, V53N48 1974 Orien Viet
83-133557

82 p.

1075

Nguyễn Văn Vân. Vấn đề ngoại khoa trong loét dạ dày, tá tràng. Hà Nội, Y Học và Thể Dục Thể Thao, 1970.

83-115598

275 p. illus., plates.

1076

Nguyễn Văn Vĩnh. Cuộc đấu tranh cho hòa bình, thống nhất, độc lập, dân chủ của nhân dân ta: tiến lên một bước mới (báo cáo bổ sung của ông Nguyễn Văn Vĩnh, chủ nhiệm Ủy ban thống nhất đọc tại kỳ họp thứ hai của Quốc hội khóa II). Hà Nội, Sự Thật, 1961.

DS556.9.N5 1961 Orien Viet
83-147277

45 p.

1077

Nguyễn Vinh Phúc. Hà Nội. [Hà Nội] Văn Hóa. 1981.

DS559.93.H36N485 1981 Orien Viet
85-127758

122 p. illus., plates. (Sổ tay người du lịch)

1078

Nguyễn Vinh Phúc *and* Trần Huy Bá. Đường phố Hà Nội: lịch sử, văn vật, thắng cảnh. [Hà Nội] Hà Nội, 1979.

DS559.93.H36N48 1979 Orien Viet
82-173442

539 p. illus.
Errata slip inserted.
Bibliography: p. 538–39.

1079

Nguyện vọng thiết tha của nhân dân Việt Nam: độc lập, tự do, hòa bình, hữu nghị. Hà Nội, Sự Thật, 1978.

DS559.912.N47 1978 Orien Viet
82-167033

60 p.

1080

Nguyễn Vũ. Mùa xuân: kịch. Tái bản có bổ sung. Hà Nội, Văn Học, 1983.

PL4378.9.N54797M8 1983 Orien Viet
85-195083

190 p. (Văn Học Hiện Đại Việt Nam)

1081

Nguyễn Xuân Huyên. Chẩn đoán bệnh tiêu hóa gan-mật. [s.l.] Y Học, 1981.

RC845.N475 1981 Orien Viet
83-144663

315 p. illus.

1082
Nguyễn Xuân Huyên. Hướng dẫn chẩn đoán lâm sàng
v. [2]+ [s.l.] Y Học [1971]+
RC76.N46 1971 Orien Viet
82-102349

Errata slip inserted.

1083
Nguyễn Xuân Sanh. Đất nước và lời ca: tập thơ,
1970–1977. In lần thứ 1. [s.l.] Tác Phẩm Mới, 1978.
MLCS83/5502 (P)
83-136650

125 p.

1084
Nguyệt Quang, Thích. A Di Đà Phật. [Gia-định]
Thích-Ca Thơ-Viện [1949]
BQ4690.A74V55
80-984252

64 p. illus.

1085
Nguyệt Tú. Chị Minh Khai: truyện. Hà Nội, Phụ Nữ,
1976.
DS556.83.M56N48 Orien Viet
79-984146

136 p. illus.

1086
Nhã Ca. Bẫy phương vỹ khác thường. [United States,
s.n., 1980?]
PL4378.9.N549B3 1980 Orien Viet
82-109714

248 p. (Tủ sách trăng mười sáu)

1087
Nhã Ca. Ngày đôi ta mới lớn: truyện dài. [Los
Alamitos, CA, Việt Nam, 1980?]
PL4378.9.N549N36 1980 Orien Viet
80-984250

252 p. (Tủ sách Trăng mười sáu)
Reprint of the 1974 ed. published by Thương
Yêu, Saigon.
Includes a reproduction of the t.p. of the 1974 ed.

1088
Nha Trang du lịch. Saigon, Nha Quốc-gia Du-lịch
[196–]
DS559.93.N46 1960z Orien Viet
83-154723

37 p. illus., plates.

1089
Nhất Hạnh, Thích. Ám mây ngủ. In lần thứ 1. Paris,
Lá Bôi, 1982.
PL4378.9.N55A8 1982 Orien Viet
83-145326

200 p.

1090
Nhất Hạnh, Thích. Bông hồng cài áo. Berkeley, CA,
Ý Thức, 1981. (Tủ sách Ý-Thức; no. 4)
PL4378.9.N55B6 1981 Orien Viet
82-158996

1091
Nhất Hạnh, Thích. Bưởi: tập truyện. [In lần thứ 1].
[Paris] Lá Bôi [1979]
PL4378.9.N55B8 Orien Viet
80-984351

158 p.

1092
Nhất Hạnh, Thích. Đạo Phật đi vào cuộc đời, và
những tiểu luận khác [của] Nhất Hạnh. [In lần thứ
2. Saigon] Lá Bôi [1966]
BQ4150.N47 1966 Orien Viet
80-984025

206 p.

1093
Nhất Hạnh, Thích. Tô: tập truyện. In lần thứ 1. Paris,
Lá Bôi, 1980.
PL4378.9.N55T6 1980 Orien Viet
83-144293

201 p.

1094
Nhất Hạnh, Thích. Trái tim mặt trời: từ chánh niệm
đến thiên quán. In lần thứ 1. Paris, Lá Bôi, 1982.
BQ5395.N47 1982 Orien Viet
83-144278

170 p.

1095
Nhất Hạnh, Thích. Tương lai thiền học Việt Nam: thư
gửi am chủ am Thiên Duyệt. In lần thứ 1. Paris,
Sunnyvale, CA, Lá Bôi, 1982.
BQ496.N47 1982 Orien Viet
84-127478

57 p.

1096
Nhất Hạnh, Thích. Tương lai văn hóa Việt Nam: Viết
cho thằng Cu và con Hĩm. In lần thứ 1. Paris;
Sunnyvale, CA, Lá Bôi, 1982.
DS556.42.N47 1982 Orien Viet
84-127736

57 p.

1097

Nhất Hạnh, Thích. Tý; với mười bốn bức minh họa của bé Thanh Tuyền (bảy tuổi). In lần thứ 1. Paris; San Jose, Lá Bối, 1984.

PL4378.9.N55T85 1984
85-188076

2 v. illus.

Contents: tập 1. Cây tre triệu đốt—v. 2. Chiếc lá ổi non.

1098

Nhất Hoành Sơn. Công-dân giáo-dục phổ thông. Hà Nội, Ngày Mai, 1949.

JQ883.N47 1948 Orien Viet
82-229566

114 p. illus.

1099

Nhất Linh. Nắng thu: truyện dài. Glendale, CA, Tinh Hoa Miền Nam [19   ]

PL4378.9.N58N3 1900z Orien Viet
82-109709

120 p.

Reprint. Originally published: Saigon, Đời Mới, 1963.

1100

Nhật Tiến. Tiếng kèn. [California] Văn Học [1980?]
PL4378.9.N6T43 1980 Orien Viet
82-211608

138 p. illus., plates.
Cover title.

1101

Nhật Tiến, Dương Phục, and Vũ Thanh Thủy. Hải tặc trong Vịnh Thái Lan: bản tường trình của những thuyền nhân Việt Nam hiện đang sống trong trại ty nạn, Songkhla-Thái Lan. San Diego, CA, Ủy Ban Báo Nguy Giúp Người Vượt Biển [1981?]
DS578.3.N45 1981 Orien Viet
82-204881

112 p. illus.

1102

Nhất Uyên and Phạm Hồng Chinh. Công cha như núi Trường Sơn. Paris, Hội Sinh Viên Sáng Tác, 1975.
PL4378.6.N58 1975 Orien Viet
83-148839

84 p.

1103

Nhị Ca. Dọc đường văn học: tiểu luận, phê bình. Hà Nội, Quân Đội Nhân Dân, 1977.
PL4378.N47 Orien Viet
79-984322

388 p.
Includes bibliographical references.

1104

Nhị Lang. Nước lại về nguồn: truyện dài; tựa của Cao Thế Dung. In lần thứ 1. Denver, Colo., Lion Press; Boulder, CO, Order from Kim Anh [1982]
PL4378.9.N656N8 1983 Orien Viet
84-130754

311 p.

1105

Nhiệm vụ cơ bản và cấp bách của quản lý kinh tế: ba nghị quyết quan trọng của Hội đồng Chính phủ về quản lý kinh tế ban hành năm 1976. Hà Nội, Sự Thật, 1977.

HC444.N44 1977 Orien Viet
82-190950

110 p.

1106

Nhiệm vụ kế hoạch nhà nước năm 1979: báo cáo của Hội đồng Chính phủ do đồng chí Lê Thanh Nghị, Ủy viên Bộ chính trị trung ương Đảng, Phó thủ tướng Chính phủ, trình bày tại kỳ họp thứ tư, Quốc hội khóa VI. Hà Nội, Sự Thật, 1979.

HC444.V53 1979 Orien Viet
83-178171

73 p.

1107

Nhớ ơn bác Hồ. [Hà Nội] Phụ Nữ, 1980.
DS560.72.H6N478 1980 Orien Viet
83-101904

160 p.

1108

Như Thiết. Quán triệt tính đảng trong Mỹ học và nghệ thuật. Hà Nội, Khoa Học Xã Hội, 1973.
HX521.N53 1973 Orien Viet
83-148645

282 p.

1109

Nhuận Vũ. Tình hình quân sự Mỹ; qua lời thú nhận của tướng lĩnh và báo chí Mỹ. [Hà Nội] Quân Đội Nhân Dân [1961]

UA23.N548 Orien Viet
81-984011

99 p. illus., map.
Includes bibliographical references.

1110

Những chuyện vượt sông: truyện ký. [s.l.] Tác Phẩm

Mới, Hội Nhà văn Việt Nam, 1981.

PL4378.8.N566 1981 Orien Viet
85-116895

257 p.

1111

Những đốm lửa: tập truyện ngắn, Á, Phi, Mỹ La Tinh [của] nhiều người dịch; Vũ Quần Phương giới thiệu. Hà Nội, Lao Động, 1982.

PN6120.9.V53N48 1982 Orien Viet
83-185679

157 p.

1112

Những đồng cỏ thơ ấu: giai phẩm họp mặt Chu Văn An. Hoa Thịnh Đốn, Chu Văn An [1981]

84-136727

44 p. illus.

1113

Những mẩu chuyện về thời niên thiếu của Bác Hồ. Ban nghiên cứu lịch sử đảng, Tỉnh ủy Nghệ Tĩnh. Hà Nội, Sự Thật, 1980.

DS560.72.H6N48 1980 Orien Viet
82-166728

82 p. [8] illus., plates.

1114

Những nét sơ lược về Phật-giáo Hòa-Hảo. A brief description of Hòa-Hảo Buddhism. Santa Fe Springs, CA, Văn-phòng Phật-giáo Hòa-Hảo Hải-ngoại, 1983.

BQ9800.P452N48 1983
84-132826

24 p. illus.
English and Vietnamese.

1115

Những ngày kháng chiến. v. [2]+ Quy Nhơn, Ty Văn Hóa Thông Tin Nghĩa Bình [1960]+

PL4378.8.N568 1980 Orien Viet
82-192626

1116

Những nhiễm độc cấp thường gặp; chủ biên Vũ Đình Hải *and others*. Hà Nội, Y Học, 1979.

RA1224.5.N48 1979 Orien Viet
83-189055

295 p.

1117

Những phát hiện mới về khảo cổ học năm 1978. [Hà Nội] Viện Khảo Cổ Học, Ủy Ban Khoa Học Xã Hội

Việt Nam, [1979].

DS560.42.N483 Orien Viet
81-173732

399 p. illus.
Includes bibliographical references.

1118

Những sự kiện lịch sử Đảng. Ban Nghiên cứu Lịch sử Đảng Trung ương. v. [1]+ Hà Nội, Sự Thật, 1976+

JQ898.D293N48 1976 Orien Viet
83-189203

illus.
Bibliography: v. 1, p. [669]–82.
Contents: tập 1. 1920–45.

1119

Những sự kiện lịch sử Đảng tỉnh Quảng Ninh, 1928–1955. Ban nghiên cứu lịch sử Đảng tỉnh ủy Quảng Ninh. [s.l.] 1980.

HX400.5.Q36N48 1980 Orien Viet
83-150108

350 p. illus., plates.

1120

Những tầng cây săng lẻ: tập truyện. Hà Nội, Quân Đội Nhân Dân, 1984.

PL4378.8.N582 1984 Orien Viet
85-226128

241 p.

1121

Những vấn đề chung về quản lý kinh tế xã hội chủ nghĩa; Mai Hữu Khuê chủ biên. Hà Nội, Lao Động, 1977.

HC704.N47 1977 Orien Viet
83-143684

239 p.
Errata slip inserted.
Includes bibliographical references.

1122

Những vấn đề địa chất tây bắc Việt Nam. Tổng cục địa chất, Liên đoàn bản đồ địa chất. Hà Nội, Khoa Học và Kỹ Thuật, 1977.

QE296.N48 1977 Orien Viet
81-203155

357 p. illus., plates.
Bibliography: p. 356.

1123

Những vấn đề khoa học lịch sử ngày nay: thông báo khoa học của ngành sử các trường đại học. Ban thư ký ngành sử các trường đại học. Hà Nội, Đại Học và Trung Học Chuyên Nghiệp, 1981.

DS556.49.N48 1981 Orien Viet
83-153667

487 p. (Sử học; sô2)

1124
Niên-giám Hạ-Nghị-Viện: Pháp Nhiệm I, Việt-Nam
Cộng-Hòa. Saigon, Chân Hưng, 1971.

JQ863.A4V54 1971 Orien Viet
84-190028

190 p. illus.

1125
Niên-giám hành-chánh: cập-nhựt-hóa đên tháng sáu
1959. Việt-Nam Cộng-Hòa. Saigon, Học-viện Quôc-
gia Hành-chánh [195]

83-154312

159, [25] p. illus., plates.

1126
Niên-lịch công-đàn, 1960–1961; Nguyễn Ngọc Linh,
chủ-trương biên-tập. Saigon, Công-đàn, c1960.

DS556.3.N53 1960 Orien Viet
83-193709

587 p.

1127
Ninh Việt Giao and Học Phi. Cô giáo Sa đéc. Hà Nội,
Phụ Nữ, 1981.

PL4378.8.C59 1981 Orien Viet
85-104615

145 p. (Con đường giải phóng; tập IV)

1128
Ninh Việt Giao, and others. Truyện cổ Thái. Hà Nội,
Văn Hóa, 1980.

82-165179

175 p.

1129
Nơi bắt đầu: tập truyện ngắn của Kao Sơn and
others. [s.l.] Tác Phẩm Mới, Hội Nhà văn Việt Nam,
1983.

PL4378.8.N597 1983 Orien Viet
85-227603

175 p.

1130
Nông dân Việt Nam tiến lên chủ nghĩa xã hội; Ủy ban
khoa học xã hội Việt Nam, Viện sử học. Hà Nội,
Khoa Học Xã Hội, 1979.

HD2080.5.Z8N66 1979 Orien Viet
82-155749

446 p. illus.
Includes bibliographical references.

1131
Nông Quôc Chân. Bài thơ Pác Bó: tiếng Việt, Tiếng
Tày. Hà Nội, Văn Hóa, 1982.

PL4251.W559N6643 1982 Orien Viet
83-144229

133 p.

1132
Nông Quôc Chân. Đường ta đi: phê bình, tiểu luận.
[s.l.] Việt Bắc, 1972.

83-189293

293 p.

1133
Nông Quôc Chân and others. Ký sự thăm nước Lào.
[Hà Nội] Tác Phẩm Mới, 1979.

DS555.382.K9 1979 Orien Viet
82-185791

150 p.

1134
Nông Việt Toại. Đoạn đường ngoặt; Boỏng tàng tập
éo. Hà Nội, Văn Hóa, 1982.

PL4378.9.N67D6 1982 Orien Viet
84-244680

160 p.

1135
Nữ chiến sĩ Xô Viết Nghệ Tĩnh. Hà Nội, Phụ Nữ,
1980.

PL4378.8.N8 1980 Orien Viet
83-146677

151 p.

1136
Núi mọc trong mặt gương: tập thơ miền núi. [Hà Nội]
Tác Phẩm Mới, Hội Nhà Văn Việt Nam, 1980.

83-184848

119 p.

1137
Núi rừng vào trận: tập thơ. Hà Nội, Quân Đội Nhân
Dân, 1979.

MLCS83/2069 (P)
83-108166

70 p.

1138
Nước Cộng hòa dân chủ Đức. Hà Nội, Sự Thật, 1979.

DD282.N86 1979 Orien Viet
83-146784

69 p. illus., plates.

1139
Phác Văn. Bác Hồ của chúng ta. [Hà Nội] Thanh Niên, 1978.

DS560.72.H6P44 1978 Orien Viet
83-112775

59 p.

1140
Phạm Bái. Con Đường vũ thắng. Hà Nội, Sự Thật, 1979.

MLCS82/5247
82-167681

99 p.

1141
Phạm Cương. Củ chi, huyện anh hùng. [s.l.] Thành Phố Hồ Chí Minh, 1980.

DS559.9.C8P48 1980 Orien Viet
81-172868

278 p. illus., map.

1142
Phạm Đình Hổ *and* Nguyễn Án. Tang thuong ngẫu lục. [Hà Nội] Văn Hóa, Viện Văn Học, [196]

83-151739

179 p.

1143
Phạm Đình Trọng. Rừng và biển: tập truyện ngắn. Hà Nội, Quân Đội Nhân Dân, 1982.

PL4378.9.P475R8 1982 Orien Viet
83-184147

119 p.

1144
Phạm Doanh *and others*. Đất rộng trời xanh: thơ. Hà Nội, Thanh Niên, 1977 printing.

MLCS82/5044
82-163214

131 p.

1145
Phạm Đức Duật. Văn học dân gian Thái Bình; sưu tầm, biên soạn, Phạm Đức Duật, Trương Sĩ Hùng, *and* Nguyễn Huy Hồng. v. [1]+ Hà Nội, Khoa Học Xã Hội, 1981+

PL4378.85. T46V3 1981 Orien Viet
83-145139

1146
Phạm Gia Cường. Thực hành nội khoa hô hấp. Hà

Nội, Y Học, 1984.

85-227496

183 p. illus.

1147
Phạm Giật Đức. Từ Hà-Nội đến Mạc-Tư-Khoa: tài-liệu bút-ký chính-trị. Saigon, Thanh-Long, 1956.

DS556.8.P396 1956 Orien Viet
83-153333

206 p.

1148
Phạm Hoàng Gia. Nói chuyện tâm lý. [s.l.] Thanh Niên [1978].

BF38.5.P476 1978 Orien Viet
83-133477

162 p.

1149
Phạm Hùng. Mấy vấn đề về an ninh chính trị và trật tự an toàn xã hội trong tình hình mới. Hà Nội, Công An Nhân Dân, 1982.

84-248331

66 p.

1150
Phạm Hùng. Tăng cường công tác tài chính, ra sức phục vụ nhiệm vụ cải tạo và phát triển kinh tê. Hà Nội, Sự Thật [1959]

HC443.V5P44 Orien Viet
80-984001

19 p.

1151
Phạm Khắc Hòe. Từ triều đình Huê đến chiên khu Việt Bắc. [Hà Nội] Hà Nội, 1983.

DS556.83.P45A38 1983 Orien Viet
85-200401

283 p.

1152
Phạm Kiều Tùng *and others*. Nhã tập mùa cầm xanh. Saigon, Nhã Tập, 1972.

83-189364

47 p.

1153
Phạm Kim Vinh. Phạm Kim Vinh đọc Đại thắng mùa xuân, Văn Tiến Dũng. San Diego, CA, Hồn Việt [1976]

DS557.7.V353P43 1976 Orien Viet
83-180663

179 p. illus.

1154
Phạm Lê Hoàn, Hồ Nga *and* Lê Tân. Việt Nam, Tổ quốc Em. Thành Phố Hồ Chí Minh, Văn Nghệ, 1980.
DS556.39.P47 1980 Orien Viet
82-172936
136 p. illus.

1155
Phạm Ngọc Toàn *and* Phan Tất Đắc. Khí hậu Việt Nam. Hà Nội, Khoa Học và Kỹ Thuật, 1978.
QC990.V5P53 1978 Orien Viet
82-159048
319 p. illus.
Bibliography: p. 316–18.

1156
Phạm Nguyên Long, Thành Đức, *and* Tân Huyên. Campuchia, đất nước yêu thương, tươi đẹp, bất khuất. Hà Nội, Khoa Học Xã Hội, 1980.
DS554.382.P45
81-213047
95 p. illus., map, plates.
Includes bibliographical references.

1157
Phạm Như Cương. Triết học và cuộc đấu tranh ý thức hệ: về một số trào lưu triết học tư sản hiện đại. Hà Nội, Thông Tin Lý Luận, 1983.
B809.8.T67 1982 Orien Viet
84-247800
302 p.

1158
Phạm Thái Chi. Lăng Thượng Châu: thi-tập. Los Angeles, CA, Thức Tỉnh Magazine [1982]
PL4378.9.P523L3 1982 Orien Viet
85-114014
160 p.

1159
Phạm Thành. Nói Chuyện chiến tranh tâm lý. Hà Nội, Lao Động, 1980.
MLCS83/8005 (J)
83-114310
114 p.

1160
Phạm Thanh. Thi-nhân Việt-Nam hiện-đại. Fort Smith, AR, Sông Mới [1979?]
PL4378.6.P48 1979 Orien Viet
81-166414
2 v. (778 p.), ports.
Originally published: Saigon, Khai-Trí, 1959.

1161
Phạm Thị Tự, Lê Xuân Khoa, *and* Trần Trọng San. Công-dân giáo-dục, lớp đệ-tam (chương-trình 1958). [Saigon] Bộ Quốc-gia Giáo-dục, 1960.
JQ883.P474 1960 Orien Viet
83-105242
248 p.

1162
Phạm Thị Tự, Nguyễn Khắc Nhân, *and* Trần Trọng San. Công-dân giáo-dục, lớp đệ ngũ. In lần thứ 1. [Saigon] Bộ Quốc-gia Giáo-dục, 1959.
JQ883.P47 1959 Orien Viet
83-105212
159 p. illus., plates. (Tủ sách trung-học)

1163
Phạm Thị Tự, Trần Trọng San, *and* Lê Xuân Khoa. Công-dân giáo-dục, lớp đệ-nhị. In lần thứ 1. [Saigon] Bộ Quốc-gia Giáo-dục, 1960.
JQ883.P473 1960 Orien Viet
83-110030
188 p. illus.

1164
Phạm Thị Tự, Trần Trọng San, *and* Lê Xuân Khoa. Công-dân giáo-dục, lớp đệ tứ. In lần thứ 1. [Saigon] Bộ Quốc-gia Giáo-dục, 1960.
JQ884.P42 1980 Orien Viet
83-110016
195 p.

1165
Phạm Thiên Thư. Kinh ngọc. [s.l.] Đại Học Vạn Hạnh, [197]
MLCS83/5118 (P)
83-117864
182 p. illus.
Poems based on the Vajracchedika Prajna Paramita Sutra.

1166
Phạm Toàn *and* Nguyễn Trương. Sách học tiếng Việt. v. [4]+ Hà Nội, Giáo Dục, [1978]+
PL4378.S2 1978 Orien Viet
82-159176
"Dùng cho học sinh các dân tộc miền núi."

1167
Phạm Trọng Điềm *and* Bùi Văn Nguyên. Hồng Đức quốc âm thi tập. In lần thứ 2 có sửa chữa. Hà Nội, Văn Học, 1982.
PL4378.6.H643 1982 Orien Viet
83-145654
282 p. (Tủ sách cổ cận đại Việt Nam)

1168
Phạm Tuyên. Các bạn trẻ hãy đến với âm nhạc. [Hà Nội] Thanh Niên, 1982.
ML3795.P42 1982 Orien Viet
83-144660
113 p.

1169
Phạm Văn Bảy. Từ điển kỹ thuật vô tuyến điện tử Anh-Việt. Hà-Nội, Khoa Học và Kỹ Thuật, 1976.
TK6544.P45 Orien Viet
79-984148
369, [2] p.
Added t.p.: English-Vietnamese dictionary of radio engineering and electronics.
Bibliography: p. [70]–[71]

1170
Phạm Văn Đồng. Công tác y tế và bảo vệ bà mẹ, trẻ em. Hà Nội, Sự Thật, 1980.
83-133311
109 p.

1171
Phạm Văn Đồng. Làm chủ tập thể lao động và bảo vệ tổ quốc xã hội chủ nghĩa. Hà Nội, Sự Thật, 1978.
DS559.912.P5 1978 Orien Viet
83-142033
40 p.

1172
Phạm Văn Đồng. Một số vấn đề về nhà nước. Hà Nội, Sự Thật, 1980.
DS556.9.P49 Orien Viet
81-213494
469 p., [1] leaf of plates: port.

1173
Phạm Văn Đồng. Phương hướng, nhiệm vụ, và mục tiêu chủ yếu của kế hoạch 5 năm, 1976–1980: báo cáo của Ban chấp hành trung ương Đảng tại Đại hội đại biểu toàn quốc lần thứ IV do đồng chí Phạm-Văn-Đồng, Ủy Viên Bộ chính trị Trung ương Đảng, Thủ tướng Chính phủ, trình bày. Hà Nội, Sự Thật, 1977.
HC444.P46 1977 Orien Viet
82-190973
121 p.

1174
Phạm Văn Đồng. Sự nghiệp giáo dục trong chế độ xã hội chủ nghĩa. Hà Nội, Sự Thật, 1979.
LA1181.P45 Orien Viet
81-203197
226 p. [1] leaf of plates: port.

1175
Phạm Văn Đồng. Tăng cường lãnh đạo quản lý kinh tế tài chính. Hà Nội, Sự Thật, 1964.
HC443.V5P463 Orien Viet
80-984016
187 p.

1176
Phạm Văn Đồng. Tổ quốc ta, nhân dân ta, sự nghiệp ta và người nghệ sĩ. Hà Nội, Văn Học, 1969.
NX750.V5P46 1969 Orien Viet
83-133920
264 p.

1177
Phạm Văn Đồng. Tổ quốc ta nhân dân ta, sự nghiệp ta và người nghệ sĩ. In lần thứ 5 có sửa chữa, bổ sung. Hà Nội, Văn Học, 1983.
NX750.V5P46 1983 Orien Viet
85-194568
546 p. illus., plates.

1178
Phạm Văn Đồng. Vươn tới những đỉnh cao của sự nghiệp khoa học và kỹ thuật. Hà Nội, Sự Thật, 1978.
T27.V5P47 Orien Viet
80-984352
144 p.

1179
Phạm Văn Đồng *and others*. Sáu trăm năm Nguyễn Trãi: thơ, văn. Hà Nội, Tác Phẩm Mới, 1980.
DS556.73.N49S28 1980 Orien Viet
82-189030
192 p. illus.
Includes bibliographical references.

1180
Phạm Văn Hải. Sơ-lược về ảnh-hưởng Trung-Hoa trong tiếng Việt. Washington, D.C., Hội Sinh Viên Công Giáo Việt-Nam tại Mỹ, 1976.
83-181206
61 p. (Chuông Việt; số 182)

1181
Phạm Văn Hải. Vần tiếng Việt. Waterbury, CT, Hội Sinh Viên Công Giáo Việt-Nam tại Mỹ, 1977.
PL4372.P45 1977 Orien Viet
83-189552
137 p. illus.
Includes index.
Bibliography: p. 133–34.

1182

Phạm Văn Kỉnh. Văn hóa Hoa Lộc: kết quả nghiên cứu hai địa điểm khảo cổ học ở Hoa Lộc và Phú Lộc, huyện Hậu Lộc, Thanh Hóa. Quang Văn Cây; với sự cộng tác của Ngô Quốc Túy, Phạm Văn Đầu. [Hà Nội] Viện Bảo Tàng Lịch Sử Việt Nam, 1977.

247 p. illus.
At head of title: Viện bảo tàng lịch sử Việt Nam.
Bibliography: p. 235–39.

1183

Phạm Văn Nghị. Thơ văn Phạm Văn Nghi [của] Nguyễn Văn Huyên. Hà Nội, Khoa Học Xã Hội, 1979.

231 p. illus., plates.
Bibliography: p. 225–26.

1184

Phạm Văn Nguyên. Những cây có dầu béo ở Việt Nam. Hà Nội, Khoa Học và Kỹ Thuật, 1981.

248 p. illus.
Bibliography: p. 245–46.

1185

Phạm Văn Phúc. Xử trí cấp cứu bỏng. Hà Nội, Y Học, 1980.

51 p.

1186

Phạm Văn Thiêm. Cuộc hành trình thứ hai của Prô-mê-tê. [Hà Nội] Thanh Niên [1976]

237 p. illus.

1187

Phạm Văn Trọng *and* Huỳnh Văn Đô. Quốc-sử: lớp ba; tranh vẽ của Huỳnh Phú Nhiêu. [Saigon] Bộ Văn-hóa Giáo-dục, 1965.

132 p. illus. (Tủ sách tiểu-học)

1188

Phạm Văn Trọng *and* Phạm Thị Ngọc Dung. Quốc-sử: lớp nhì; trình bày, Huỳnh Phú Nhiêu. [Saigon] Bộ Văn-hoá Giáo-dục, 1965.

188 p. illus. (Sách sử-ký bậc tiểu-học)

1189

Phạm Viết Trung, Đỗ Văn Nhung, *and* Chiêm Tê. Đất nước Cam-pu-chia; lịch sử và văn minh. [Hà Nội] Bộ Đại Học và Trung Học Chuyên Nghiệp, Trường Đại Học Tổng Hợp Hà Nội, 1977.

431 p. illus., plates.
Bibliography: p. 420–28.

1190

Phạm Xuân Độ. Nữ thi-hào Việt-Nam. In, lần thứ 1. [Saigon] Bộ Quốc-gia Giáo-dục, 1959.

111 p. (Tủ sách trung-học)
Includes bibliographical references.

1191

Phạm Xuân Độ. Tâm-lý học ứng-dụng. In lần thứ 3. [Saigon] Trung-tâm Học-liệu, Bộ Giáo-dục, 1970.

291 p. illus.

1192

Phạm Xuân Thông *and others*. Truyện cổ Chàm. Hà Nội, Văn Hoá Dân Tộc, 1978.

259 p.
Errata slip inserted.

1193

Phan Cảnh Trung *and* Nhật Giang Tử. Thần-diệu đại-hiệp. v. [1] + Los Alamitos, CA, Vietnam, [198] +

1194

Phan Châu Trinh. Giai-nhân kỳ-ngộ: anh hùng ca. Phan-Tây-Hồ tiên-sinh lịch-sử, Huỳnh-Thúc-Kháng biên soạn; Lê-Văn-Siêu Bình-giải và Chú-thích. Saigon, Hướng-Dương, 1958.

275 p. illus., plates.

1195

Phan Cự Đệ *and* Hà Minh Đức. Nhà văn Việt Nam (1945–1975). v. [1] + Hà Nội, Đại Học và Trung

Học Chuyên Nghiệp 1979+
PL4378.05.P53 Orien Viet
81-159911
Includes bibliographical references.

1196
Phấn đấu cho một nền sân khấu hiện thực xã hội chủ nghĩa Việt Nam. Hà Nội, Văn Hóa, 1977.
PN2891.P5 Orien Viet
79-984292
345 p.

1197
Phấn đấu trở thành đảng viên cộng sản. Hà Nội, Sách Giáo Khoa Mác-Lê-nin, 1980.
JQ898.D293P47 1980 Orien Viet
83-189497
135 p.

1198
Phấn đấu xây dựng nền quốc phòng toàn dân vững mạnh. Hà Nội, Sự Thật, 1978.
DS559.912.P53 1978 Orien Viet
82-173454
71 p.
Includes bibliographical references.

1199
Phan Gia Bền *and others*. Lược sử nước Lào. Hà Nội, Khoa Học Xã Hội, 1978.
DS555.5.L86 1978 Orien Viet
83-146873
338 p. illus., plates.

1200
Phan Huy Chú. Lịch triều hiến chương loại chí; Tổ biên dịch Viện sử học Việt Nam, biên dịch và chú giải. v. [1–2, 4] Hà Nội, Sử Học [1960–1961]
DS556.36.P47 1960 Orien Viet
83-171321
Includes index.
Contents.—tập 1. Dư địa chí. Nhân vật chí—tập 2. Quan chức chí. Lễ nghi chí—tập 4. Binh chế chí. Văn tịch chí. Bang giao chí.

1201
Phan Huy Ích. Dư âm ngâm lục; thơ văn. Người dịch, Đào Phương Bình *and others*; người hiệu đính, Đào Phương Bình, Đỗ Ngọc Toại; giới thiệu văn bản, Nguyễn Ngọc Nhuận. Hà Nội, Khoa Học Xã Hội, 1978.
PL4378.9.P546D8 1978 Orien Viet
81-157652
3 v.

At head of title: Ủy ban khoa học xã hội Việt Nam, Ban Hán Nôm.

1202
Phan Kê Hoành *and* Huỳnh Lý. Bước đầu tìm hiểu lịch sử kịch nói Việt Nam trước Cách mạng tháng Tám. Hà Nội, Văn Hóa, 1978.
PL4378.3.P4 Orien Viet
81-173765
203 p.
Bibliography: p. 200–1.

1203
Phan Liêu. Đất cát biển Việt Nam. Hà Nội, Khoa Học và Kỹ Thuật, 1981.
S599.6.V5P47 1981 Orien Viet
83-144665
259 p. illus.

1204
Phan Nhật Nam. Dọc đường số 1: bút ký. Lancaster, PA, Xuân Thu, [1980?]
PL4378.9.P57D6 1980 Orien Viet
80-984248
237 p.
Reprint of the 1970 ed. published by Đại ngã, Saigon.

1205
Phan Nhật Nam. Dựa lưng nỗi chết: truyện dài. [Lancaster, PA, Xuân Thu, 1978?]
PL4378.9.P57D8 1978 Orien Viet
79-984047
288 p.
Reprint of the 1973 ed. published by Hiện Đại, Saigon.

1206
Phạm Nhật Nam. Tù binh và hoà-bình: bi ký hòa bình. Glendale, CA, Tinh Hoa Miền Nam [1979?]
DS559.7.P48 1979 Orien Viet
81-203184
422 p.
Reprint. Originally published: 1974.

1207
Phan Quang. Đồng bằng sông Cửu Long. Hà Nội, Văn Hóa, 1981.
DS559.92.M44P48 1981 Orien Viet
85-107840
233 p. illus., plates.

1208
Phan Quang. Hạt lúa bông hoa: tập ký. In lần thứ 1.

[s.l.] Tác phẩm mới, 1978.

MLCS83/5530 (P)
83-110768

147 p.

1209
Phan Quang. Lâm Đồng, Đà Lạt. Hà Nội, Văn Hóa, 1978.

DS559.92.L35P43 Orien Viet
80-984307

137 p. illus.

1210
Phan Thế Việt. Giun sán ký sinh trợ động vật Việt Nam: (thành phần loài, vị trí và hệ thống phân loại). Phan Thế Việt, chủ biên; Nguyễn Thị Kỳ, Nguyễn Thị Lê. Hà Nội, Khoa Học và Kỹ Thuật, 1977.

QL388.5.V5P48 Orien Viet
82-122176

625 p. illus.
Bibliography: p. 596–614.

1211
Phan Thị Thanh Nhàn. Hoa mặt trời. Hà Nội, Phụ Nữ, 1978.

PL4378.9.P5813H6 Orien Viet
80-984345

138 p.

1212
Phan Trọng Cung, Đoàn Văn Thụ, *and* Nguyễn Văn Chí. Ve bét và côn trùng ký sinh ở Việt Nam. v. [1]+ Hà Nội, Khoa Học và Kỹ Thuật, 1977+

QL757.P48 1977 Orien Viet
83-192504

illus.

1213
Phan Tứ. Măng mọc trong lửa. In lần thứ 2. Hà Nội, Kim Đồng, 1977.

PZ90.V5P49 1977 Orien Viet
79-984282

71 p. illus.

1214
Phan Tứ. Về làng: tập truyện ngắn. In lần thứ 1. Hà Nội, Văn Học, 1964.

MLCS83/2091 (P)
83-114979

107 p.

1215
Phan Văn Duyệt. Phóng xạ y học: cơ sở và lâm sàng.

Hà Nội, Y Học, 1979.

R895.P44 Orien Viet
81-203160

239 p. illus.
Errata slip inserted.
Bibliography: p. 235–36.

1216
Pháo đài phiá bắc. [Thành phố Hồ chí Minh] Thanh Niên [1979]

PL4378.8.P46 1979 Orien Viet
83-188080

200 p.

1217
Phê phán chủ nghĩa bành trướng và bá quyền nước lớn của giới cầm quyền phản động Bắc Kinh, chủ biên, Phạm Như Cương; ban biên tập, Lê Hồng Hà, Phạm Huy Châu. Hà Nội, Khoa Học Xã Hội, 1979.

DS559.916.P43 Orien Viet
81-169680

266 p.
At head of title: Ủy ban khoa học xã hội Việt Nam.
Includes bibliographical references.

1218
Phòng không, không quân: ký sự. v. [1]+ Hà Nội, Quân Đội Nhân Dân, 1978+

DS558.8.P55 Orien Viet
80-984163

illus.
Errata slip inserted.

1219
Phong Lê. Văn xuôi Việt Nam trên con đường hiện thực xã hội chủ nghĩa. Hà Nội, Khoa Học Xã Hội, 1980.

PL4378.4.P53 1980 Orien Viet
83-188069

288 p.

1220
Phong Lê *and others*. Văn học Việt Nam chống Mỹ, cứu nước; chủ biên, Hoàng Trung Thông. Hà Nội, Khoa Học Xã Hội, 1979.

PL4378.05.V33 1979 Orien Viet
82-158881

467 p.
At head of title: Ủy ban khoa học xã hội Việt Nam, Viện văn học.

1221
Phong Thu. Sao vui; bìa và minh họa của Ti-Li. Hà

Nội, Kim Đồng, 1979.

35 p. illus.

1222

Phong Thu *and others*. Món quà từ Hợp Đức: tập truyện ký về công tác Trần Quốc Toản; bìa và minh họa của Lưu Yên. Hà Nội, Kim Đồng, 1978.

75 p. illus (Sách cháu ngoan Bác Hồ)

1223

Phòng Tư Liệu. Thư Viện. Tổng mục lục và sách dẫn; các bài luận văn của 48 số tập san nghiên cứu văn sử địa, 153 số tạp chí nghiên cứu lịch sử., 1954–1973; [chủ biên Nguyễn Đổng Chi] Hà Nội, Ủy Ban Khoa Học Xã Hội Việt Nam, Viện Sử Học, 1975.

419 p.

1224

Phùng Văn Ong *and others*. Trận địa ở đây: tập truyện ký về ngành Y tế. [Hà Nội] Lao Động, 1968.

132 p.

1225

Phùng Văn Tửu. Giăng-Giắc Ru-Xô. Hà Nội, Văn Hóa, 1978.

389 p. illus.

1226

Phương hướng, nhiệm vụ và mục tiêu chủ yếu của kế hoạch 5 năm, 1976–1980: báo cáo của Ban chấp hành Trung ương Đảng tại Đại hội đại biểu toàn quốc lần thứ IV do đồng chí Phạm-Văn-Đồng, Ủy viên Bộ chính trị Trung ương Đảng, Thủ tướng Chính phủ, trình bày. Hà Nội, Sự Thật, 1977.

121 p.

1227

Phương hướng, nhiệm vụ và mục tiêu của kế hoạch nhà nước năm 1977: báo cáo của Hội đồng Chính phủ do đồng chí Lê-thanh-Nghị, Ủy viên Bộ Chính trị Trung ương Đảng, Phó Thủ tướng Chính phủ, trình bày tại kỳ họp thứ hai, Quốc hội khóa VI. Hà Nội, Sự Thật, 1977.

113 p.

1228

Phương Lâm *and* Mặc Châu. Hào khí Đồng Nai. [Hà Nội] Thanh Niên [1979]

226 p. (Những danh nhân chống Pháp; tập 1)

1229

Phương Lựu. Học tập tư tưởng văn nghệ Vơlađimia Ilitsơ Lênin. Hà Nội, Văn Học, 1979.

376 p. plates, port.
Bibliography: 373–[377]

1230

Phương Lựu. Lô Tấn, nhà lý luận văn học; biên tập, Vũ Công Tiên. Hà Nội, Đại Học và Trung Học Chuyên Nghiệp, 1977.

439 p. illus.

1231

Phương Nhi. Công tác phụ nữ nội tuyến đầu tổ quốc. Hà Nội, Phụ Nữ, 1979.

57 p.

1232

Phương Việt. Con đường của các vật nuôi; bìa và minh họa của Tôn Đức Lượng. Hà Nội, Kim Đồng, 1977.

99 p. illus.

1233

Pờ Sáo Mìn *and others*. Rừng sáng: tập thơ nhiều tác giả. In lần thứ 1. Hà Nội, Văn Hóa, 1980.

Q

1234
Quan-âm thị-kính. [Sceaux?] Lá Bối [1976?]
PL4378.9.Q33 1976 Orien Viet
83-186585
47 p.

1235
Quân-đội Việt-Nam cộng-hòa. Republic of Vietnam Armed Forces. [Sàigòn, Nha Chiến-tranh Tâm-lý, Bộ Quốc Phòng Ấn hành, 19]
UA853-V48Q32 1960z Orien Viet
83-189795
119 p. chiefly illus.
Cover title. English and Vietnamese.

1236
Quán triệt nghị quyết đại hội lần thứ V của đảng vào giảng dạy và nghiên cứu triết học. Hà Nội, Sách Giáo Khoa Mác-Lê-Nin, 1984.
B52.236 1984 Orien Viet
85-228256
250 p.

1237
Quang Dũng *and others*. Đất nước ngàn năm; bìa và minh họa của Tôn Đức Lương. v. [5   ]+ Hà Nội, Kim Đồng [1979]+
DS556.39.D37 Orien Viet
82-102354
illus.

1238
Quảng Ngãi chiến thắng. [Saigon, Nha Tổng Giám-đốc Thông-tin, 1963]
DS559.8.Q36Q36 Orien Viet
80-984026
31 p. illus., maps.

1239
Quang Nguyễn. Xây dựng và nhận diện hình. [Hà Nội] Thanh Niên [1981]
HQ799.V5Q36 1981 Orien Viet
85-198222
131 p.
Includes bibliographical references.

Quang Trung;
see Nguyễn Huệ

R

1240
Rạng đông thi tập v. [1]+ Tokyo, Hồng-Điệp Thi Xã, 1979+
PL4378.6.R3 1979 Orien Viet
83-189026
illus.

1241
Rơmah Dêl. Từ điển Việt-Gia Rai. Hà Nội, Khoa Học Xã Hội, 1977.
PL4498.J3R6 Orien Viet
79-984275
724 p.
At head of title: Viện Ngôn ngữ học.

S

1242
Sa Phong Ba. Những bông ban tím. Hà Nội, Lao Động, 1980.
PL4378.9.S2N45 1980 Orien Viet
83-117041
117 p.
Contents: Những bông ban tím—Bồ con ông Pầng—Lòng rừng—Nỗi bực của y sỹ Pần—Sao lạ Phiêng Xa.

1243
Sách hướng dẫn người tị nạn ở Hoa Kỳ. Washington, D.C., Center for Applied Linguistics, Language and Orientation Resource Center, c1981.
E184.V53S22 1981 Orien Viet
82-151185
210 p. illus.

1244
Sấm sét trên đường phố: ký về cuộc tổng tiến công và nổi dậy. [s.l.] Giải Phóng, 19 .
PL4378.8.S2 Orien Viet
79-984423

1245
Sáng tác mỹ thuật, 1978. Hà Nội, Văn Hóa, [1978]
N7314.S26 Orien Viet
80-984380

59 p. illus.

1246
Sáng tác mỹ thuật, 1979. Hà Nội, Văn Hóa, [1979]
N7314.S26 1979 Orien Viet
83-147397

60 p. illus.

1247
Sáu Bắc *and* Ba Nam. Nhạc cổ điển Việt-Nam. v. [1]+ [s.l., s.n.] 195?+
M59.5.N Orien Viet
83-192352

1248
Sau tầm màn nhung. Hà Nội, Phụ Nữ, 1978.
PL4378.8.S25 Orien Viet
80-984187

122 p.

1249
Sêchxpia. Hài kịch Sêchxpia. Dương Tường dịch; Nguyễn Đức Nam viết tiểu dẫn. Hà Nội, Văn Học, [1981]+
84-142749

1250
Sherwood, Roy Edward. Vũ điệu trong bóng mờ. Fort Smith, AR, Sông Mới, [198]
PL4378.H5515V8 1980 Orien Viet
83-120068

268 p.

1251
Siêu Hải *and* Khắc Tinh. Đoàn "voi thép" trong chiến dịch hoà-bình: đông xuân 1951–1952. Hà Nội, Quân Đội Nhân Dân, 1966.
DS553.3.H63S58 1966 Orien Viet
82-190861

133 p.

1252
Siêu Hải. Sông Lô: tiểu thuyết. [Thành Phố Hồ Chí Minh] Thanh Niên [1981]
PL4378.9.S52S6 1981 Orien Viet
83-182760

327 p.

1253
Số liệu thống kê, 1963; Tổng cục Thống kê. Hà Nội,

Sự Thật, 1964.
HA4600.5.S66 1964 Orien Viet
83-106282

130 p.

1254
Sổ tay chiến sĩ y học dân tộc của Tổng Cục Hậu Cần, Cục Quân Y. Hà Nội, Quân Đội Nhân Dân, 1983.
85-198995

130 p. illus.

1255
Sơn Nam. Bà Chúa Hòn: truyện dài. [Glendale, CA; distributed by Dainamco, 1980?]
PL4378.9.S6B3 1980 Orien Viet
80-984342

518 p.
Reprint of the 1969 ed. published by Kỷ Nguyên, Saigon.
Includes a reproduction of the t.p. of the 1969 ed.

1256
Sơn Tùng. Búp sen xanh: tiểu thuyết; bìa và minh họa của Văn Cao. Hà Nội, Kim Đồng, 1982.
PZ90.V5S6 1982 Orien Viet
84-158048

251 p. illus.

1257
Sơn Tùng. Trần Phú: truyện. [Hà Nội] Thanh Niên [1980]
PL4378.9.S64T7 1980 Orien Viet
83-135891

170 p. illus., plates.

1258
Song Hào. Dưới ngọn cờ vinh quang của Đảng: hồi ký. Hà Nội, Quân Đội Nhân Dân, 1965.
DS555.73.S66A33 1965 Orien Viet
82-190855

191 p.

1259
Song Hào. Kỷ luật của Quân đội nhân dân ta. Hà Nội, Quân Đội Nhân Dân, 1974.
UB795.V5S67 1974 Orien Viet
83-146791

132 p.

1260
Song Hào. Về nhiệm vụ công tác chính trị trong quân đội nhân dân. Hà Nội, Quân Đội Nhân Dân, 1975.
JQ898.W6S66 Orien Viet
80-984019

808 p. illus.
Includes bibliographical references.

1261
Sư đoàn 304: ký sự; người viết, Hải Hồ . . . [et al.]; chỉ đạo nội dung, Trung tướng Hoàng Minh Thảo. v. [1]+ Hà Nội, Quân Đội Nhân Dân, 1980+
UA853.V5S9 1980 Orien Viet
82-101836
illus.

1262
Sư Đoàn Quân Tiền Phong. v. [3]+ Hà Nội, Quân Đội Nhân Dân, 1979+
DS558.5.S8 Orien Viet
81-146707

1263
Sử học Việt Nam trên đường phát triển [của] Ủy ban khoa học xã hội Việt Nam, Viện sử học. Hà Nội, Khoa Học Xã Hội, 1981.
DS556.42.S9 1981 Orien Viet
83-145066
282 p.
Includes bibliographical references.

1264
Sử-ký Việt-Nam của Tiểu-ban soạn sách giáo-khoa bình-dân, Nha tiểu-học-vụ. In lần thứ 1. [s.l.] Bộ

Quốc-gia Giáo-dục, 1960.
DS556.3.S85 1960 Orien Viet
83-153266
72 p.

1265
Sự thật về một chính sách bành trướng và bá quyền. [Hà Nội, Thông Tấn Xã Việt Nam, 1979]
DS559.916.S9 1979 Orien Viet
82-214396
[110] p. illus.

1266
Sự thật về quan hệ Việt Nam-Trung Quốc trong 30 năm qua. Hà Nội, Sự Thật, 1979.
DS556.58.C5S9 Orien Viet
81-166465
107 p. illus.

1267
Sử Văn Thon. Hai chị em: tiểu thuyết gồm 3 tập; Lê Ngô, dịch; Lý Khắc Cung, hiệu đính. Hà Nội, Phụ Nữ, 1978.
MLCS82/5243
82-165497
274 p.

1268
Sức mạnh đoàn kết ý chí quyết thắng. Hà Nội, Sự Thật, 1979.
DS554.842.S93 1979 Orien Viet
82-190686
91 p.

T

1269
Tả Ao. Địa lý Tả Ao: địa đạo diễn ca; Cao Trung [dịch]. [s.l.] Lam Sơn, 1980.
MLCS82/5042
82-157425
164 p. illus (Tủ Sách Gia Bảo)

1270
Tạ Quang Chiên. Mấy vấn đề về xây dựng nền thể dục thể thao Việt Nam xã hội chủ nghĩa. Hà Nội, Sự Thật, 1981.
GV713.T26 1981 Orien Viet
85-103765
77 p.

1271
Ta-shan. Hải-ngoại ký-sự. Sử-liệu nước Đại-Việt khoảng thế-kỷ XVII. Soạn-giả: Thích-Đại-Sản. [L.M. Nguyễn Phương, Hải Tiên Nguyễn Duy Bột phiên dịch với sự cộng-tác của Ủy-ban phiên-dịch sử-liệu Việt-Nam] Toàn bộ: 7 [i.e. 6] quyển. Huế, Viện Đại-học, 1963.
DS556.7.T3719 Orien Viet
80-984258
287 p. illus.
Translation of Hai wai chi shih.

1272
Tạ Thị Bảo Kim. Việt Nam thắng cảnh. v. [1]+ [Hà

Nội] Phổ Thông, 1978 +
DS556.39.T3 Orien Viet
82-102892

illus.

1273
Tâm Quán. Tình người: truyện. In lần thứ 4. Paris, France, Lá Bối, 1978.
PL4378.9.T34T5 1978 Orien Viet
83-146017

150 p.

1274
Tân Huyên và Phạm Thành. Đất nước Campu-chia. Hà Nội, Quân đội Nhân Dân, 1980.
DS554.382.T36 Orien Viet
81-213743

202 p.

1275
Tân-luật. [s.l.] Tòa-Thánh Tây-Ninh, Tân Mão, 1951.
83-192390

12 p. (Đại-đạo tam-kỳ phổ-độ)

1276
Tây-Hồ-Chí; Hsi-hu Chih. Dịch-giả, Trần-Thanh-Đạm. In lần thứ 1. [Saigon] Bộ Quốc-Gia Giáo-Dục, 1962.
83-192518

83 p. (Dịch-thuật tùng-thư)

1277
Tây nguyên, lũy thép thành đồng. Hà Nội, Quân Đội Nhân Dân, 1973.
DS559.92.C46T39 1973 Orien Viet
84-239079

46 p.

1278
Tế Hanh. Con đường và dòng sông: tập thơ. Hà Nội, Văn Học, 1980.
PL4378.9.T4C6 1980 Orien Viet
83-181639

94 p.

1279
Thạch Giản. Tìm hiểu bộ máy nhà nước: Viện kiểm sát nhân dân. Hà Nội, Pháp Lý, 1982.
83-145040

92 p.

1280
Thạch Lam. Nắng trong vườn: tiểu thuyết. [s.l., s.n.,

19   ]
82-102238

150 p.

1281
Thạch Lam. Ngày mới: tiểu thuyết. [s.l.] Đời Nay [1980?]
PL4378.9.T45N5 1980 Orien Viet
82-109063

240 p.

1282
Thái Bá Lợi. Họ cùng thời với những ai: tiểu thuyết. Hà Nội, Quân Đội Nhân Dân, 1981.
PL4378.9.T475H6 1981 Orien Viet
83-183898

192 p.

1283
Thái Bá Lợi. Thung lũng thử thách: truyện. In lần thứ 1. Hà Nội, Tác Phẩm Mới, 1978.
MLCS83/2227 (P)
83-107221

215 p.

1284
Thái Bá Lợi. Vùng chân hòn tàu: tập truyện. Hà Nội, Quân Đội Nhân Dân, 1978.
PL4378.9.T475V8 1978 Orien Viet
82-126443

178 p.

1285
Thái Công Tụng. Hiện-trạng và triển-vọng trong sự xử dụng đất đai tại miền Nam Việt-Nam. [Saigon, Sở Thông-tin Quảng-bá Nông-nghiệp, 1965]
HD890.5.T45 1965 Orien Viet
83-192268

98 p. illus.

1286
Thái Đình. Tử vi đại toàn. [Berkeley, CA, Thái Đình Nguyên] 1979.
BF1868.V55T45 Orien Viet
79-984402

199 p. illus.
Cover title.

1287
Thái Khắc Lê. Zen và dưỡng-sinh. In lần thứ 3 bổ-túc và tăng trang. Lancaster, PA, Xuân Thu [19   ]
RM235.T46 1900z Orien Viet
82-154558

297 p. illus.

Reprint. Originally published: 3rd ed. Saigon,
Phương Quỳnh, 1969.

1288
Thái Lăng Nghiêm. Bàn về thống nhất dân tộc. [Saigon]
Tủ Sách Kinh Dương, [1959]
DS556.9.T44 Orien Viet
80-984319
412 p.

1289
Thái Văn Trung. Thảm thực vật rừng Việt Nam (trên
quan điểm hệ sinh thái). In lần thứ 2, có sửa chữa.
Hà Nội, Khoa Học và Kỹ Thuật, 1978.
QK361.T47 1978 Orien Viet
82-129181
276 p. illus., maps.
Includes summaries in English and French.

1290
Thái Vũ. Ba đình: tiểu thuyết lịch sử. Hà Nội, Quân
Đội Nhân Dân, 1981.
PL4378.9.T49B3 1981 Orien Viet
85-117867
501 p.

1291
Thằng Ca, Thợ Đầu, *and* Tư Quê. Cười chanh ớt:
khi Vẹm tới Sàigòn. v. [1]+ Paris, Sudasie, 1980+
PN6222.V5T45 1980 Orien Viet
84-171151
illus.

1292
Thắng lợi của tình hữu nghị và sự hợp tác toàn diện
Việt Nam-Liên Xô. Hà Nội, Sự Thật, 1983.
DS556.58.S65T47 Orien Viet
85-201065
132 p.

1293
Thắng lợi oanh liệt và hào hùng của dân tộc ta chống
bọn Trung Quốc xâm lược. Hà Nội, Sự Thật, 1979.
DS559.916.T468 Orien Viet
81-169396
101 p.

1294
Thành Duy. Về tính dân tộc trong văn học; Nguyễn
Khánh Toàn đề tựa. Hà Nội, Khoa Học Xã Hội,
1982.
PL4378.05.T48 1982 Orien Viet
84-241915
319 p.

1295
Thanh Giang. Mặt trăng. Hà Nội, Khoa Học và Kỹ
Thuật, 1978.
QB581.9.T53 Orien Viet
80-984085
193 p. illus.
Bibliography: p. 189–191.

1296
Thanh Giang; Thành phố chúng ta. [s.l.] Thành Phố
Hồ Chí Minh, 1980.
DS559.93.S2T53 1980 Orien Viet
82-202277
114 p. illus.

1297
Thanh Giang. Ước mơ tuổi trẻ: truyện Nguyễn Thị
Phúc, anh hùng các lực lượng vũ trang; bìa và minh
họa của Lưu Yên. Hà Nội, Kim Đồng, 1978.
PZ90.V5T48 Orien Viet
80-984178
131 p. illus.

1298
Thanh Giang. Vùng tranh chấp: tiểu thuyết. Hà Nội,
Quân Đội Nhân Dân, 1982.
PL4378.9.T495V8 1982 Orien Viet
83-184165
253 p.

1299
Thanh Hải. Dấu võng Trường sơn: thơ. Hà Nội, Văn
Học, 1977.
PL4378.9.T497D3 Orien Viet
79-984124
100 p.

1300
Thanh Hải. Thơ Thanh Hải. Huê, Thuận Hóa, 1982.
PL4378.9.T497A6 1982 Orien Viet
83-184912
131 p.

1301
Thanh Hương. Vẻ đẹp: tập truyện ngắn. [s.l.] Tác
Phẩm Mới; [s.l.] Hội Nhà Văn Việt Nam, 1979.
MLCS83/5533 (P)
83-141146
122 p.

1302
Thanh Hương *and* Đặng Anh Đào. Hạnh phúc. Hà

Nội, Phụ Nữ, 1982.

PL4378.8.T533 1982 Orien Viet
83-181667

115 p.

1303
Thanh Hương *and* Phương Anh. Hà Bắc, ngàn năm
văn hiến; Lê Hồng Dương để tựa; Khổng Đức
Thiêm giới thiệu, xem lại. v. [1]+ Hà Bắc, Ty Văn
Hóa, 1973+

DS559.92.H3T45 Orien Viet
81-162060

Contents.—tập 1. Các di tích lịch sử, kiến trúc và
nghệ thuật.

1304
Thanh Nghị. Dictionnaire Vietnamien-français. Paris,
l'Asiathèque, 1977.

PL4377.T47 1977
79-343898

2 v. (p. 16–1669)
On cover: Tự-điển tiếng Việt.
Reprint, without pref., of the 1951–52 ed., by
Thanh Nghị, published by Thời-Thế, Saigon, under
title: Việt-Nam tân tự điển.
Index français-Vietnamien: p. [1493]–1669.

1305
Thánh ngôn hiệp tuyển. Tòa thánh Tây-Ninh. [s.l.,
s.n.] 1950.

83-156010

97 p. (Đại-đạo tam-kỳ phổ-độ)

1306
Thanh Quê, Hoàng Minh Nhân, *and* Nguyễn Bảo.
Miền đất ấy: tập truyện ngắn. [Hà Nội] Tác Phẩm
Mới, 1978.

PL4378.8.T535 Orien Viet
79-984395

155 p.

1307
Thanh Quê *and* Trung Trung Đỉnh. Thung lũng Đặc
Hoa: tập truyện ngắn. [s.l.] Phụ Nữ, 1980.

PL4378.8.T536 1980 Orien Viet
83-177964

134 p.

1308
Thanh Sĩ *and* Vương-Kim. Để hiểu Phật-giáo Hòa-
Hảo. Santa Fe Springs, CA, Văn Phòng Phật Giáo
Hòa Hảo Hải Ngoại, 1979.

BQ9800.P452T46 1979 Orien Viet
82-102346

216 p.

Reprint. Originally published: Saigon: Long-Hoa,
1965.

1309
Thanh Sơn *and* Thu Giang. Anh hùng núi Vêduyvơ
(Xpactaquýt): truyện ký và lịch sử. [Hà Nội] Thanh
Niên [1979]

PL4378.9.T537A82 1979 Orien Viet
83-150131

359 p.

1310
Thanh Thảo. Dấu chân qua trảng cỏ: thơ. In lần thứ
1. Hà Nội, Tác Phẩm Mới, 1978.

MLCS83/5509 (P)
83-107235

81 p.

1311
Thanh Thủy, Hoài Sơn, *and* Cao Phong. Trái bóng
tròn lăn tới Tây Ban Nha. Hà Nội, Thể Dục Thể
Thao, 1982.

83-184008

154 p.

1312
Thành tích năm năm hoạt động của chánh-phủ: 1954–
1959. Saigon [s.n.], 1959.

84-209057

1020 p. illus.

1313
Thành Tín *and others*. Phụ nữ Campuchia: tập truyện
ký. Hà Nội, Phụ Nữ, 1980.

PL4378.8.P53 1980 Orien Viet
82-103530

179 p.

1314
Thanh Tịnh. Thơ ca. Hà Nội, Quân Đội Nhân Dân,
1980.

MLCS82/7708
82-201921

137 p.

1315
Thanh Từ, Thích. Tam quy ngũ-giới. In lần thứ 4.
[s.l.] Lá Bối, 1975.

BQ4350.T46 1975 Orien Viet
83-148817

42 p.

1316
Thanh Tùng, Thị Hoàng, *and* Nguyễn Tùng Linh. Cửa

sóng: thơ. [s.l.] Tác Phẩm Mới, 1979.

MLCS83/2078 (P)
83-117058

168 p.

1317
Thất bại thảm hại của quân Trung Quốc xâm lược. Hà Nội, Sự Thật, 1979.

DS559.916.T47 Orien Viet
81-156335

147 p.
Includes bibliographical references.

1318
Thê Đạt *and* Thái Nam. Những vấn đề tiết kiệm trong nông nghiệp xã hội chủ nghĩa Việt Nam. [s.l.] Nông Nghiệp [1979]

S471.V47T48 1979 Orien Viet
83-133915

159 p.

1319
Thê giới ca ngợi thắng lợi vĩ đại của nhân dân ta. Hà Nội, Sự Thật, 1977.

DS559.6.T47 Orien Viet
79-984131

405 p.

1320
Thê giới ca ngợi và thương tiếc Hồ Chủ tịch. In lần thứ 2 có bổ sung và sửa chữa. Hà Nội, Sự Thật, 1976.

DS560.72.H6T43 Orien Viet
79-984119

689 p.

1321
Thê Lữ. Đòn hẹn: trinh thám. [United States, s.n., 1980?]

PL4378.9.T56D6 1980 Orien Viet
82-109071

197 p.
Reprint. Originally published: Saigon, Đời Nay, 1958.

1322
Thê Nam. Kẻ thù giấu mặt [Hà Nội] Thanh Niên, [1977]

E183.8.V5T53 Orien Viet
79-984122

171 p.

1323
Thê Uyên. Chiến-tranh cách-mạng; tiểu luận tài liệu.

v. [1]+ [Saigon, Thái Độ, 1968+

U240.T52 Orien Viet
80-984036

maps (Tủ sách Binh thư quân chính)

1324
Theo bác đi kháng chiên. [Hà Nội] Thanh Niên, 1980.

DS560.72.H6T45 1980 Orien Viet
83-101895

275 p.
Includes bibliographical references.

1325
Thi Sảnh. Vịnh Hạ Long. Hà Nội, Văn Hóa, 1978.

DS559.92.H324T46 Orien Viet
80-984355

116 p. illus. plates.
Includes bibliographical references.

1326
Thiện Ân, Thích. Phật-giáo Việt-Nam xưa & nay: bài giảng trong chuyến công-du tại Hoa-kỳ và Nhật-bản. [Saigon] Đông-Phương, 1965.

BQ492.T47 Orien Viet
80-984312

84 p.

1327
Thiên Thức. Tôi tìm tôi. Ist ed. [San Jose, CA] Mimo-sart Studio [1983]

PL4378.9.T56815T6 1983 Orien Viet
83-137611

112 p. illus.

1328
Thiết Vũ. Nhật Ký ý địa chất: kịch. Hà Nội, Văn Hóa, 1976.

PL4378.9.T5683N5 Orien Viet
79-984345

163 p.
Errata slip inserted.

1329
Thơ Đỗ-Phủ. Hà Nội, Văn Học, 1962.

PL2675.A58 1962 Orien Viet
84-210669

265 p. illus.

1330
Thơ văn Nguyễn Bỉnh Khiêm. Hà Nội, Văn Học, 1983.

PL4378.9.N4484A6 Orien Viet
85-196740

339 p. (Văn học cổ cận đại Việt Nam)

1331
Thơ văn Phan Châu Trinh; Huỳnh Lý biên soạn với sự cộng tác của Hoàng Ngọc Phách. Hà Nội, Văn Học, 1983.

PL4378.9.P536A6 1983 Orien Viet
85-195230
158 p. illus., plates. (Văn học cổ cận đại Việt Nam)

1332
Thóc từ sông Hậu: tập văn của Đỗ Văn *and others*. [Hà Nội] Thanh Niên [1982]

PL4378.8.T56 1982 Orien Viet
85-194479
159 p.

1333
Thời kỳ cách mạng mới ở miền Bắc. Hà Nội, Sự Thật, 1961.

HC443.V5T48 Orien Viet
80-984262
71 p.
Includes bibliographical references.

1334
Thu Bồn. Dưới đám mây màu cánh vạc: tiểu thuyết. Hà Nội, Thanh Niên, 19

PL4378.9.T578D8 Orien Viet
79-984424
Errata slip inserted.

1335
Thu Bồn. Dưới tro: tập truyện ngắn. [Hà Nội] Tác Phẩm Mới, Hội Nhà Văn Việt Nam, 1982.

PL4378.9.T578D84 1982 Orien Viet
83-184154
119 p.

1336
Thu Bồn. Kam-Pu-Chia hy vọng: trường ca. [Thành phố Hồ Chí Minh, s.n.]

PL4378.6.T49 1979 Orien Viet
83-133912
86 p.
Cover title: Cam-pu-chia hy vọng.

1337
Thu Bồn and *others*. Lòng tin và trách nhiệm. [Hà Nội] Tác Phẩm Mới, 1977.

AC160.V52L66 Orien Viet
79-984370
315 p.
Errata slip inserted.

1338
Thu Bồn *and others*. Thành phố tương lai: tập ký về thanh niên quân đội làm nhiệm vụ xây dựng kinh tê. [s.l.] Thanh Niên [1978]

MLCS83/5336 (P)
83-111741
171 p.

1339
Thư mục thế giới ủng hộ Việt Nam chống đế quốc Mỹ xâm lược. Hà Nội, Bộ Văn Hóa, Thư Viện Quốc Gia, 1976.

Z3226.T48 1976 Orien Viet
83-107637
156 p.

1340
Thù này phải trả: tập kịch, chèo, ca, tấu. [s.l.] Sở Văn Hóa Hà Nội, [196]

PL4378.7.T45 1967 Orien Viet
83-116916
107 p. illus. (Tủ sách người Hà-Nội)

1341
Thư Viện Quốc Gia. Đảng cộng sản Việt Nam quang vinh: thư mục chuyên đề khoa học xã hội, số 262/B. Hà Nội, Bộ Văn Hóa và Thông Tin, 1978.

Z7164.P8D36 1978 Orien Viet
83-107936
200 p.

1342
Thư Viện Quốc Gia. Nông nghiệp Việt Nam và các nước nhiệt đới. Hà Nội, Bộ Văn Hóa, Thư Viện Quốc Gia, 1975.

Z5075.V5T47 1975 Orien Viet
79-984340
362 p.

1343
Thư Viện Quốc Gia. Thông tin văn hóa và nghệ thuật. v. [1]+ Hà Nội, Bộ Văn Hóa và Thông Tin, Thư Viện Quốc Gia, 1978+

83-118706

1344
Thư Viện Quốc Gia. Thư mục sách và bài đăng báo, tạp chí trong nước về văn hóa và nghệ thuật năm 1978. Hà Nội, Bộ Văn Hóa và Thông Tin, Thư Viện Quốc Gia Việt Nam, 1979.

Z3228.V5T49 1979 Orien Viet
80-984360
103 p.
Cover title.
"Thông tin văn hóa và nghệ thuật."

1345
Thừa-thiên, Huê. Hà Nội, Quân Đội Nhân Dân, 1968.
DS559.9.T485T48 Orien Viet
80-984083
39 p.
Errata slip inserted.

1346
Thuần Phong. Hỏi và đáp về tình hình và nhiệm vụ
trước mắt. Hà Nội, Sự Thật, 1982.
DS559.912.T49 1982 Orien Viet
85-194584
47 p.

1347
Thùy An. Tiếng dương cầm. Houston, TX, Xuân Thu,
1984.
PL4378.9.T5827T5 1984 Orien Viet
85-183229
145 p. (Tủ sách tuổi hoa)

1348
Tiễn dặn người yêu. Xống chụ son sao. Mạc Phi dịch
và giới thiệu. [Hà Nội] Văn Hóa [1961]
PL3311.M5T5 Orien Viet
82-463910
159 p.
Includes bibliographical references.

1349
Tiễn dặn người yêu; Xống chụ xon xao; bản dịch,
kaho dị, chú thích Mạc Phi. Hà Nội, Văn Hóa Dân
Tộc, 1977.
83-178327
167 p.

1350
Tiếng gọi của âm thanh: truyện kỷ niệm sâu sắc
chống Mỹ, cứu nước. Hà-Nội, Quân Đội Nhân
Dân, 1978.
PL4378.8.T6 Orien Viet
80-984169
312 p.

1351
Tiếng hát gọi mùa xanh: truyện và ký về thanh niên
thành phố Hồ Chí Minh đi xây dựng vùng kinh tê
mới. [s.l.] Thanh Niên [1978]
MLCS82/9877 (P)
82-219726
149 p.

1352
Tiếng hát Việt Nam. Hà Nội, Văn Hóa, 1975–1977.
M1824.V5T55 Orien Viet
79-984339
2 v.
Unacc. melodies.
Errata slip inserted.

1353
Tiếng vọng từ đáy vực: thơ cuả một thi sĩ miền Bắc
viết và gửi đi từ miền Bắc cho đồng bào Việt và
những người yêu tự do trên khắp thế giới. [Wash-
ington, D.C.] Ủy Ban Tranh Đấu Cho Tù Nhân
Chính Trị Tại Việt Nam [1980]
PL4378.9.T5682 1980 Orien Viet
80-984310
159 p. illus.

1354
Tìm hiểu chính sách mới về kinh tê. Hà Nội, Lao
Động, 1981.
85-108011
138 p.

1355
Tìm hiểu đất nước Campuchia anh hùng. Hà Nội,
Khoa Học Xã Hội, 1979.
DS554.36.T55 1979 Orien Viet
82-214672
265 p. illus., plates.

1356
Tìm hiểu điều lệ xí nghiệp công nghiệp quốc doanh.
Hà Nội, Lao Động, 1980.
83-189017
151 p.

1357
Tìm hiểu lịch sử văn hóa Nước Lào. v. [1–2]+ Hà
Nội, Khoa Học Xã Hội, 1978+
DS555.5T55 1978 Orien Viet
82-158874
illus., port.

1358
Tìm hiểu phương hướng, nhiệm vụ kê hoạch 5 năm,
1976–1980. [Hà Nội] Phổ Thông, 1977.
HC443.V5T55 Orien Viet
79-984371
67 p.

1359
Tình hình phát triển kinh tê và văn hóa của miền Bắc
xã hội chủ nghĩa Việt Nam, 1960–1975: sổ liệu

thống kê. Hà Nội, Tổng Cục Thống Kê, 1977.

HC444.T56 1977 Orien Viet
82-167092

192 p. illus.

1360

Tình nghề: truyện và ký. Hà Nội, Lao Động, 1981.

PL4378.8.T63 1981 Orien Viet
83-115561

217 p. illus., plates.

1361

Tình nghĩa Việt-Lào mãi mãi vững bền hơn núi, hơn
sông. Hà Nội, Sự Thật, 1978.

DS556.58.L3T56 Orien Viet
80-984186

102 p. illus.

1362

Tình sâu nghĩa nặng. Hà Nội, Quân Đội Nhân Dân,
1979.

DS559.5.T56 1979 Orien Viet
83-101932

354 p. illus.

1363

Tình Tâm. Việt Pháp thực hành đặc biệt cho người
ty nạn. Paris, Editions Institut Franco-Vietnamien,
[1978]

MLCS83/2087 (P)
83-118321

220 p.

1364

Tipitaka. Suttapitaka. Dìghanikàya. Vietnamese and
Pali. Trương bô kinh. Dìgha-Nikàya: Pàli-Việt đối
chiêu [của] Thích-Minh-Châu. v. [2-4] [Saigon] Ban
Tu Thư, Viện Đại Học Vạn Hạnh [1967]–1972.

BQ1293.V53M56 1967 Orien Viet
83-149691

Pali (Roman) and Vietnamese.

1365

Tipitaka. Suttapitaka. Khuddakanikàya. Dhamma-
pada. Vietnamese. Kinh lời vàng. Dhammapada
[của] Thích Minh Châu. [San Francisco, CA] Từ
Quang, 1977.

BQ1373.V5T74 Orien Viet
83-137799

176 p. illus.
Reprint. Originally published: Saigon, Viện Đại
học Vạn Hạnh, 1969.

1366

Tipitaka. Suttapitaka. Khuddakanikàya. Dhamma-

pada. Vietnamese and Chinese. Dhammapada, or,
Path of virtue. [Fa chú ching: Ying Han tụi chao
ho]. Pháp cú kinh: Anh-Hán đối chiếu hòa dịch;
soạn-giả, Thường-Bàn Đại-Định; dịch-giả, Á-Nam
Trần-Tuấn-Khải; hiệu-đính, Lãng-Hồ Nguyễn-
Khắc-Kham. In lần thứ 1. [s.l.] Bộ Quốc-gia giáo-
dục, 1962.

BQ1373.V5T73 1962 Orien Viet
83-153861

1367

Tipitaka. Suttapitaka. Khuddakanikàya. Dhamma-
pada. Vietnamese and Pali. Kinh Pháp cú. Dham-
mapada: nguyên tác Pali, bản dịch Việt ngữ cùng
với câu chuyện dân tích tóm tắt và chú thích;
Narada; người dịch, Phạm-Kim-Khánh. [s.l., s.n.]
1971 (Gò-Vấp, Nhà in Hạnh Phúc)

BQ1373.V5P47 1971 Orien Viet
83-181254

341 p.

1368

Tipitaka. Suutapitaka. Majjhimanikaya. Vietnamese
and Pali. Trung bộ kinh. Majjhima nikaya: Pàli-
Việt đối chiếu [của] Thích Minh Châu, dịch và chú
thích. v. [1-2   ] [Saigon] Tu Thư Đại Học Vạn
Hạnh, 1973–[1974   ]

BQ1313.V53M56 1973 Orien Viet
83-149708

(Kinh tạng pàli; bộ 2)
Pali (Roman) and Vietnamese.

1369

Tô Đức Chiêu. Ngày về: truyện và ký. Hà Nội, Quân
Đội Nhân Dân, 1978.

PL4378.9.T587 N4 Orien Viet
80-984378

193 p.

1370

Tô Đức Chiêu *and* Hà Bình Nhưỡng. Đường chỉ đỏ:
tập truyện anh hùng lực lượng vũ trang nhân dân.
Hà Nội, Quân Đội Nhân Dân, 1979.

MLCS82/5248
82-167686

75 p.

1371

Tô Đức Chiêu *and* Khuất Quang Thụy. Những người
săn tôm: tập truyện ngắn. [Hà Nội] Hanoi, 1982.

PL4378.9.T587N43 1982 Orien Viet
83-185291

143 p.

1372
Tô Giang Tử. Đổ nguồn: thi tập [của] Nguyễn Quang Nhạ (Tô-Giang-Tử). In lần thứ 1. Seattle, WA, Tủ Sách Hoa Bút, 1983.

PN6099.D6 1983 Orien Viet
84-132727

84 p. illus.

1373
Tô Giang Tử. Tuyển tập thi phẩm. Vienna, VA, Tô Giang Tử, 1981.

PL4378.9.T589A6 1981 Orien Viet
82-104361

48 p.

1374
Tô Hoài. Hoa hồng vàng song cửa: ký sự. [Hà Nội] Nhà Xuất Bản Hà Nội, 1981.

PL4378.9.T59H6 1981 Orien Viet
85-130534

165 p.

1375
Tô Hoài. Lăng bác Hồ: truyện ký. [Hà Nội, Hà Nội [1977]

PL4378.9.T59L3 Orien Viet
79-984150

103 p.
Errata slip inserted.

1376
Tô Hoài. Những ngõ phố người đường phố: tiểu thuyết. [s.l.] Thanh Niên, 1980.

MLCS82/5093
82-164397

427 p.

1377
Tô Hoài. Quê nhà: tiểu thuyết. [s.l.] Tác Phẩm Mới, Hội Nhà văn Việt Nam, 1981.

PL4378.9.T59Q4 1981 Orien Viet
85-117878

290 p.

1378
Tô Hoài. Trái đất tên Người: bút ký. [Hà Nội] Tác Phẩm Mới, 1978.

PL4378.9.T59Z54 Orien Viet
79-984394

245 p.

1379
Tô Hoài. Truyện Tây bắc. In lần thứ 8. Hà Nội, Văn Học, 1976.

PL4378.9.T59T7 196 Orien Viet
80-984363

144 p.

1380
Tô Hữu. Công tác giáo dục và sự nghiệp bồi dưỡng thế hệ cách mạng cho đời sau. Hà Nội, Sự Thật, 1980.

LA1180.T6 1980 Orien Viet
83-189763

265 p.

1381
Tô Hữu. Cuộc sống cách mạng và văn học nghệ thuật. Hà Nội, Văn Học, 1981.

NX750.V5T6 1981 Orien Viet
84-126262

139 p. (Văn học hiện đại Việt Nam)

1382
Tô Hữu. Đẩy mạnh phong trào thi đua "dạy tốt, học tốt" theo gương các điển hình tiền tiến về giáo dục. Hà Nội, Sự Thật, 1978.

LA1181.T65 Orien Viet
80-984185

80 p.
Includes bibliographical references.

1383
Tô Hữu. Máu và hoa: thơ. [Hà Nội] Tác Phẩm Mới, 1977.

PL4378.9.T6M3 Orien Viet
79-984278

78 p.

1384
Tô Hữu. Phấn đấu vì một nền văn nghệ xã hội chủ nghĩa. Hà Nội, Sự Thật, 1982.

NX578.6.V5T6 1982 Orien Viet
85-108785

illus., plates.

1385
Tô Hữu. Tác phẩm: thơ. Hà Nội, Văn Học, 1979.

PL4378.9.T6A6 1979 Orien Viet
81-203176

618 p. port., facsim.

1386
Tô Hữu. Thơ Tô Hữu. Hà Nội, Quân Đội Nhân Dân, 1975.

PL4378.9.T6A6 1975 Orien Viet
83-140351

263 p. illus, plates.

1387
Tô Hữu, nhà thơ cách mạng. Hà Nội, Khoa Học Xã
Hội, 1980.

PL4378.9.T6Z88 1980 Orien Viet
85-117836
646 p.

1388
Tô Ngọc. Hầm giết người. [United States] Tô Ngọc
[1980]

PL4378.9.T6115H3 1980 Orien Viet
81-203174
334 p.
Cover title. Title on added t.p.: Kẻ bán linh hồn.
Reprint.
Reprint. Originally published, Saigon, 1967.

1389
Tô Ngọc Hiền. Mùa hoa sim cuối cùng: truyện ngắn.
[Hà Nội] Tác Phẩm Mới, 1979.

PL4378.9.T6118M8 Orien Viet
80-984354
141 p.

1390
Tô Phương. Kể chuyện làng xã đánh giặc. Hà Nội,
Quân Đội Nhân Dân, 1980.

PL4378.9.T6122K4 1980 Orien Viet
81-203189
187 p.

1391
Tô Phương. Mùa hoa ô môi. Hà Nội, Phụ Nữ, 1979.

PL4378.9.T6122M8 1979 Orien Viet
81-203193
229 p.

1392
Tô Thi *and* Hoàng Tích Chỉ. Chị Thiện: truyện vừa.
Hà Nội, Phụ Nữ, 1977.

PL4378.9.T6124C5 Orien Viet
79-984284
116 p.

1393
Tô Vân và Hồng Dương. Trên biên giới phía bắc.
[Hà Nội] Thanh Niên [1979]

PL4378.9.T6126T7 1979 Orien Viet
82-169464
158 p.

1394
Toan Ánh. Nếp cũ: hội hè đình đám. v. 1+ [Saigon]

Nam Chi Tùng Thư, 1969+

GT4886.V5T6 Orien Viet
80-984147
Includes bibliographical references.

1395
Toan Ánh. Tinh-thần trọng nghĩa phương đông. [Sai-
gon] Ánh-Sáng, 1969.

BJ125.V52T6 Orien Viet
80-984153
202 p.

1396
Toan Ánh. Việt Nam truyền kỳ tập truyện; Nguyễn
Nhật Tân minh-họa. Toronto, Ontario, Canada,
Quê Hương, 1983.

PL4378.9.T613V5 1983 Orien Viet
84-129595
200 p. illus.

1397
Tội ác chiến tranh của bọn bành trướng Trung quốc
đối với Việt Nam. Hà Nội, Sự Thật, 1980.

DS559.916.T64 1980 Orien Viet
83-132284
91 p. illus.
Includes bibliographical references.

1398
Tội ác của đế quốc Mỹ ngày càng chồng chất. Hà Nội,
Quân Đội Nhân Dân, 1970.

DS558.T65 1970 Orien Viet
82-190676
66 p. illus., plates.

1399
Tội ác diệt chủng của bọn Pôn Pốt-Iêng Xa-Ry. Hà
Nội, Sự Thật, 1980.

DS554.8.T64 1980 Orien Viet
83-101910
214 p. illus., plates.

1400
Tội ác diệt chủng của đế quốc Mỹ ở miền Bắc Việt-
Nam [của] Ủy ban điều tra tội ác chiến tranh của đế
quốc Mỹ ở Việt-Nam. Hà Nội, Sự Thật, 1968.

DS559.2.T65 1968 Orien Viet
83-138881
57 p.

1401
Tôn Thất Lập *and* Nhất Uyên. Cánh chim từ vùng
lửa đỏ. Paris, Hội Sinh Viên Sáng Tác, 1974.

83-148824
80 p. illus.

1402

Tôn Thất Tiết. Tưởng-niệm: pour flûte, alto et 2 harpes. Paris, Éditions musicales transatlantiques [c1975]

M482.T66T9 Orien Viet
79-770473

score (17 p.) and parts.
Cover title.
For flute, viola, and 2 harps.
Duration: ca. 12 min.

1403

Tôn Thất Tùng. Đường vào khoa học của tôi. [Hà Nội] Thanh Niên [1978]

R612.T66A33 Orien Viet
80-984171

133 p. illus.

1404

Tổng Công Đoàn Việt Nam. Đại hội (4th: 1978 Hanoi, Vietnam) Văn kiện Đại hội lần thứ IV Công đoàn Việt Nam, họp từ ngày 8-5 đến 11-5-1978. Hà Nội, Lao Động, 1978.

HD6820.5.T66 1978 Orien Viet
82-185811

259 p. illus.
At head of title: Tổng Công đoàn Việt Nam.

1405

Tổng Công đoàn Việt Nam. Điều lệ Công đoàn Việt Nam. [Hà Nội] Lao Động, 1978.

HD8700.5.A5T66 1978 Orien Viet
82-185800

62 p.

1406

Tổng kết kinh nghiệm các điển hình 5 dứt điểm về công tác y tế. [Biên soạn, Vũ Kiên, Nguyễn Trực, Quang Tâm với sự cộng tác của cán bộ các đơn vị điển hình 5 dứt điểm]. Hà Nội, Y Học, 1980.

RA541.V5T66 1980 Orien Viet
82-104355

175 p.
At head of title: Bộ Y tế.

1407

Tông Khắc Hải. Hoàng Thị Hồng Chiêm. Hà Nội, Phụ Nữ, 1979.

82-167008

40 p. illus., plates.

1408

Tổng mục lục tập san kinh tế Đông Dương, từ khi thành lập năm 1898 đến 1950 kèm theo bảng tên tác giả, bản dịch. [Hà Nội, Thư Viện Quốc Gia, 1975]

HC441.A1T66 1975 Orien Viet
83-191968

2 v.

1409

Tổng mục lục và sách dẫn các bài luận văn của 48 số tập san Nghiên cứu văn sử địa, 153 số tạp chí Nghiên cứu lịch sử, 1954–1973; [chủ biên, Nguyễn Đổng Chi]. Hà Nội, Ủy Ban Khoa Học Xã Hội Việt Nam, Viện Sử Học, 1975.

Z3228.V5T66 1975 Orien Viet
83-189374

419 p.

1410

Tổng tập văn học Việt Nam: bộ phân văn học viết từ thế kỷ X đến năm 1945. v. [1, 36] + Hà Nội, Khoa Học Xã Hội, 1980 +

PL4378.T66 Orien Viet
82-102232

illus.

1411

Trách nhiệm: tập kịch bản ngắn. Hà Nội, Văn Hóa, 1979.

PL4378.7.TZ 1979 Orien Viet
83-184034

213 p.

1412

Trại thí nghiệm chè phú hộ. Kết quả nghiên cứu khoa học kỹ thuật, 1969–1979. Hà Nội, Nông Nghiệp, 1980.

SB272.V45K47 1980 Orien Viet
82-158941

148 p.

1413

Trạm Nghiên Cứu Cây Nhiệt Đới Phủ Quỳ. Kết quả nghiên cứu khoa học kỹ thuật, 1960–1980. Hà Nội, Nông Nghiệp, 1980.

SB171.V5K47 1980 Orien Viet
81-203167

179 [i.e., 278 p.] p. illus., plates.

1414

Trần An *and others*. Hà-nội, di tích và thắng cảnh. [Hà Nội] Sở Văn Hóa Thông Tin Hà-Nội [1972]

DS559.93.H36H3 1972 Orien Viet
83-188970

[104] p. illus.

1415

Trần Anh. Nông nghiệp Bun-Ga-Ri: từ sản xuất nhỏ

lên sản xuất lớn xã hội chủ nghĩa. Hà Nội, Sự Thật, 1979.

HD2042.T72 1979 Orien Viet
83-145647

259 p.

Includes bibliographical references.

1416
Trần Anh Trang *and others.* Miền quê quan họ: thơ. Hà Nội, Tác Phẩm Mới, Hội Nhà Văn Việt Nam, 1981.

PL4378.M48 1981 Orien Viet
84-127174

150 p.

1417
Trần Bá Đạt. Bàn về tư tưởng Mao-Trạch-Đông. Sự kết hợp chủ nghĩa Mác Lê-nin với cách mạng Trung-quốc. [Hà Nội] Sự Thật, 1955.

DS778.M3T63 Orien Viet
81-984060

79 p.

"Viết vào dịp kỷ niệm 30 năm Đảng cộng sản Trung-quốc."

Includes bibliographical references.

1418
Trần Chính Vũ. Đường vào trận: tiểu thuyết. Hà Nội, Văn Học, 1978.

PL4378.9.T639D8 Orien Viet
80-984365

245 p.

Errata slip inserted.

1419
Trần Công Tân. Đã Ra nơi đâu: truyện. Hà Nội, Lao Động, 1981.

MLCS82/9870 (P)
82-221221

153 p.

1420
Trần Công Tân. Những bông cỏ mặt trời. Giữa hai làn nước: tập truyện phim [của] Trần Thanh Giao. Hà Nội, Văn Học, 1979.

PL4378.8.T64 1979 Orien Viet
82-157461

179 p.

1421
Trần Công Tân *and others.* Cô gái vùng ven: truyện ký. [s.l.] Phụ Nữ, 1981.

PL4378.8.C58 1981 Orien Viet
84-143425

220 p.

1422
Trần Cung. Một trang Đáng nhớ: hồi ký cách mạng. Hà Nội, Văn Học, 1980.

MLCS83/5276 (P)
83-110127

197 p.

1423
Trần Dũng. Những người hiểu nhau: tập truyện ngắn. Hà Nội, Lao Động, 1978.

PL4378.9.T6416N5 Orien Viet
80-984361

149 p.

1424
Trần Dũng Tiến *and others.* Di Tích cách mạng Việt Nam, 1930–1945. v. [1]+ Hà Nội, Phổ Thông, 1976+

DS556.8.D5 1976 Orien Viet
84-172768

illus.

1425
Trần Đăng Khoa *and others.* Chúng tôi ở Cồn cỏ; Hồ Phương ghi; Lời tựa của Lê Quang Hòa. In lần thứ 2, có sửa chữa. Hà Nội, Quân Đội Nhân Dân, 1966.

PL4378.9.C56 Orien Viet
79-984337

243 p.

1426
Trận địa im lặng: truyện và ký. Hà Nội, Lao Động, 1981.

MLCS82/9876 (P)
82-223867

215 p.

1427
Trần Đinh. Việt-sử danh-nhân lược chí: lớp ba. In lần thứ 12. [s.l., s.n.] 1958.

DS556.47.T7 1958 Orien Viet
83-153156

78 p. illus. (Loại sách giáo-khoa)

1428
Trần Đinh. Việt-sử: tiểu truyện: lớp tư. In lần thứ 3. [s.l., s.n.] 1958.

DS556.5.T69 1958 Orien Viet
83-143702

54 p. illus. (Loại sách giáo khoa)

1429
Trần Độ. Khẩn trương và kiên trì xóa bỏ hậu quả

của văn hoá thực dân mới. Hà Nội, Sự Thật, 1981.
85-130551

41 p.

1430
Trần Độ. Lý tưởng, ước mơ và nghĩa vụ. [Hà Nội]
Thanh Niên [1964] 151 p.
U21.5.T686 Orien Viet
80-984151

151 p.

1431
Trần Độ. Mấy vấn đề về xây dựng nền văn hóa mới
xã hội chủ nghĩa. Hà Nội, Sự Thật, 1978.
DS556.42.T68 Orien Viet
81-203200

60 p.

1432
Trần Đức Lợi *and* Xuân Mai. Con đường và đồng
đội: tập truyện và ký. Hà Nội, Quân Đội Nhân Dân,
1982.
PL4378.9.T6415C6 1982 Orien Viet
83-184142

166 p.

1433
Trần Đức Thảo. Triết-lý đã đi đến đâu?. Paris, Minh-
Tân [1950]
B99.V52T7 1950 Orien Viet
83-133908

60 p.

1434
Trần Hoài Dương. Bên ngoài trường: tiểu thuyết. Hà
Nội, Phụ Nữ, 1983.
PL4378.9.T6434B4 1983 Orien Viet
85-201021

226 p.

1435
Trần Hoàng Bách. Bông Huệ trên tầng cao: truyện.
Hà Nội, Phụ Nữ, 1983.
PL4378.9.T6437B6 1983 Orien Viet
85-197984

198 p.

1436
Trần Hoàng Bách. Màu vôi mới: truyện ngắn. [s.l.]
Hội Văn Nghệ Hà Nội [1971]
MLCS83/5504 (P)
83-112723

139 p.

1437
Trần Hoàng Bách. Suối mùa xuân: tập truyện. Hà
Nội, Lao Động, 1982.
PL4378.9.T6437S8 1982 Orien Viet
83-182614

168 p.

1438
Trần Hưng Đạo. Binh thư yếu lược [của] Trần Hưng
Đạo. Hổ trướng khu cỏ [của] Đào Duy Từ. In lần
thứ 2, có sửa chữa. Hà Nội, Khoa Học Xã Hội,
1977.
U43.V5T72 1977 Orien Viet
79-984344

525 p. illus.
At head of title: Ủy ban Khoa học xã hội Việt
Nam, Viện Sử học.

1439
Trần Hữu Tòng. Cơn lốc rừng thông; truyện ký. [Hà
Nội] Thanh Niên [1981]
PL4378.9.T6456C6 1981 Orien Viet
84-127165

106 p.

1440
Trần Hữu Tòng. Sau màn sương lạnh: truyện chống
gián điệp thám báo Trung Quốc. [Hà Nội] Hà Nội,
1982.
PL4378.9.T6456S2 1982 Orien Viet
83-184801

172 p.

1441
Trần Hữu Tòng. Tín hiệu bình yên: truyện. [s.l.] Hà
Nội, 1980.
MLCS83/5275 (P)
83-110109

126 p.

1442
Trần Huỳnh Châu. Những năm cải tạo ở Bắc Việt.
Culver City, CA, Tiểu Thuyết Nguyệt San [198]
HV9800.5.A4 1982 Orien Viet
83-151864

152 p.

1443
Trần Kim Thành. Chuyện chép ở Bình Nguyên: bìa và
minh họa của Vũ Duy Nghĩa. Hà Nội, Kim Đồng,
1974.
PZ90.V5T73 1974 Orien Viet
83-181817

82 p. illus.

1444
Trần Kim Thành. Vùng đất ngày mai: tiểu thuyết. Hà Nội, Thanh Niên, 1978.
MLCS83/2725 (P)
83-110161
455 p.

1445
Trần Lê. Làm gì: tập luận đề tháng chín. [San Diego, CA] Việt Nam Hải Ngoại, 1979.
HX400.5.A6T68 1979 Orien Viet
83-135878
336 p.

1446
Trần Lệ Hằng. Cau Hà Châu têm trầu Xuân Mỹ. Hà Nội, Văn Hóa, 1978.
MLCS83/5273 (P)
83-117383
6 p.

1447
Trần Lê Sáng. Cuộc đời và thơ văn Chu Văn An; Hoàng Trưng Thông đề tựa. [Hà Nội] Hà Nội, 1981.
PL4378.9.C487Z89 1981 Orien Viet
85-106173
203 p.

1448
Trần Lê Văn. Giàn mướp hương: thơ. [s.l.] Văn Việt Nam, 1979.
MLCS82/5040
82-163187
111 p.

1449
Trần Lê Văn. Hoa Hà Nội. [Hà Nội] Hà Nội, 1980.
PL4378.9.T648H6 1980 Orien Viet
83-110135
143 p. illus.

1450
Trần Lê Văn. Sông núi Điện Biên. Hà Nội, Văn Hóa, 1979.
DS560.92.D53T73 Orien Viet
81-172867
412 p. illus., plates.
Errata slip inserted.

1451
Trần Mỹ Linh. Đưa em bước xuống cuộc đời: truyện

dài. Fort Smith, AR, Sông Mới [19   ]
MLCS83/2230 (P)
83-106598
308 p.

1452
Trần Ngọc Ân *and* Phạm Khuê. Bệnh khớp; tham gia biên soạn, Trần Ngọc Ân and others. v. [2]+ [s.l.] Y Học [1978]+
RC932.T73 1979 Orien Viet
82-102348

1453
Trần Ngọc Châu. Phục hưng làng xã: từ chiến tranh đến hòa bình. [s.l., s.n.] 1967 (Saigon, Đoàn Viên)
HN700.5.A8T7 Orien Viet
80-984156
307 p. illus., plates.

1454
Trần Ngọc Ninh. Cơ-cấu Việt-ngữ. v. [1-2] Saigon, Lửa Thiêng, 1973–[1974]
PL4374.T65 1973 Orien Viet
84-191339
Contents: quyển 1. Sự phát-triển ngôn-ngữ ở trẻ con, cơ-cấu cú-pháp sơ giải—quyển 2. Cơ-cấu dạng-vi-học.

1455
Trần Ngọc Ninh. Đức Phật giữa chúng ta. [Saigon] Lá Bối [1972]
BQ4018.V5T685 Orien Viet
80-984000
164 p.
Includes bibliographical references.

1456
Trần Nguyên Khang, Thái Bá Trừng, *and* Nguyễn Xuân Hiển. Cây cao su. Hà Nội, Khoa Học và Kỹ Thuật, 1979.
SB291.H4T7 Orien Viet
81-170840
331 p. illus.
Bibliography: p. 330–31.

1457
Trần Nguyên Khanh *and* Nhật Uyên. Thời gian ta mãi mãi còn xanh. [Bruxelles] Hiện Diện [1972]
PL4378.6.T65 Orien Viet
80-984386
92 p.
Cover title.

1458
Trần Nhâm. Nghệ thuật biết thắng từng bước:

nghiên cứu một số vấn đề cơ sở phương pháp luận của Khoa Học Cách Mạng Việt Nam; Ủy Ban Khoa Học Xã Hội Việt Nam, Viện Triết Học. Hà Nội, Khoa Học Xã Hội, 1978.

82-104359

253 p.

1459
Trần Nhuận Minh. Âm điệu một vùng đất: thơ. Hà Nội, Lao Động, 1980.

PL4378.T6615A8 1980 Orien Viet
83-181631

77 p.

1460
Trần Nhuận Minh. Trước mùa mưa bão; bìa và minh họa của Hoàng Công Luân. Hà Nội, Kim Đồng, 1980.

MLCS82/10959 (P)
82-225222

79 p. illus.

1461
Trần Nhượng. Người đi trên sườn đồi: tập truyện. Hà Nội, Quân Đội Nhân Dân, 1983.

PL4378.9.T6618N4 1983 Orien Viet
85-199016

150 p.

1462
Trần Quan Thái. Nụ cười thơ ngàn năm [của] Hồng Hoàng Trần Quan Thái. Westminster, CA, Hoàng Lan Liberty World; Trần Quan Thái [distributor] 1983.

PL4378.9.T665N8 1983 Orien Viet
84-186863

221 p. illus.

1463
Trần Quang Hân. Ngọn lửa thần kỳ; minh họa của Thy Ngọc. In lần thứ 2, có sửa chữa và bổ sung. Hà Nội, Kim Đồng, 1978.

MLCS83/8001 (P)
83-107217

102 p. illus.

1464
Trần Quang Thuận. Tư-tưởng chính-trị trong triết-học Khổng-giáo. [Saigon, Thư-Lâm Ấn-Thư-Quán] 1961.

B128.C8T7 Orien Viet
80-984313

227 p.
Includes bibliographical references.

1465
Trần Quốc Khải. Niệm khát vọng: tiểu thuyết. Hà Nội, Quân Đội Nhân Dân, 1979.

MLCS82/5239
82-165520

239 p.

1466
Trần Quốc Phi. Trận thắng trong làng: tuyển tập kịch. [s.l.] Hội Văn Học Nghệ Thuật Vĩnh Phú, 1979.

MLCS83/2728 (P)
83-115599

252 p.

1467
Trần Quốc Vượng, Nguyễn Tư Chi, *and* Nguyễn Trần Đản. Nghìn xưa văn hiến; minh họa của Nguyễn Thụ. v. [3] + Hà Nội, Kim Đồng, 1978 +

DS556.5.T7 Orien Viet
81-146513

1468
Trần Quỳnh. Tìm hiểu đường lối chung của cách mạng xã hội chủ nghĩa ở Việt Nam: nghiên cứu Văn kiện Đại hội Đảng lần thứ IV. Hà Nội, Sự Thật, 1980.

JQ898.D293T72 1980 Orien Viet
83-187808

152 p.

1469
Trần Thanh Giao. Đất mới vỡ: tiểu thuyết. Hà Nội, Phụ Nữ, 1979.

MLCS82/9865 (P)
82-219717

285 p.

1470
Trần Thanh Giao. Đất mới vỡ: tiểu thuyết. In lần thứ 2 có bổ sung. [Thành phố Hồ Chí Minh] Phụ Nữ, 1981.

PL4378.9.T67D3 1981 Orien Viet
83-181511

274 p.

1471
Trần Thanh Phương. Những người còn sống mãi. Thành phố Hồ Chí Minh, Văn Nghệ, 1980.

HX400.5.A75T7 1980 Orien Viet
82-185142

60, 1 p., ports.
Bibliography: p. [61]

1472
Trần Thê Long *and others*. Sư đoàn Chiến Thắng: ký sự. v. [2]+ Hà Nội, Quân Đội Nhân Dân [1980]+

DS558.5.S79 1980 Orien Viet
82-192617

1473
Trần Thiên Hương *and* Đặng Văn Ký. Vườn hoa giữa núi; bìa và minh họa của Hồ Đức. Hà Nội, Kim Đồng, 1980.

MLCS82/10952 (P)
82-224365

55 p. illus.

1474
Trần Trọng Kim. Nho giáo: quyển hạ [của] Lệ-Thần Trần-Trọng-Kim. In lần thứ 1. [Saigon] Bộ-Giáo-dục, Trung-tâm Học-liệu, 1971.

B127C65T73 1971 Orien Viet
83-107946

2 v.
Bibliography: v. 2 p. 446–48.

1475
Trần Trọng Kim. Việt thi [của] Lệ Thần Trần Trọng Kim. In lần thứ 2. Sửa-chữa cẩn-thận. Saigon, Tân Việt, 1956.

PL4378.2.T68 1956 Orien Viet
83-153902

156 p. (Sách giáo-khoa)

1476
Trần Trọng San. Việt-văn độc-bản: lớp đệ tam. In lần thứ 2. [Saigon] Bộ Quốc-gia Giáo-dục, 1961.

PL4378.5.T67 1961 Orien Viet
83-180762

217 p. illus.

1477
Trần Trọng Trung. Lịch sử một cuộc chiến tranh bẩn thỉu. v. 2+ Hà Nội, Quân-Đội Nhân Dân, [1980]+

DS553.1.T7 Orien Viet
82-102350

Bibliography: v. 2, p.333–37.

1478
Trần Tự. Điểm lửa: tiểu thuyết. Hà Nội, Lao Động, 1979.

PL4378.9.T689D5 1979 Orien Viet
83-181823

206 p.

1479
Trần Từ. Hoa văn Mường: nhận xét đầu tay. Hà Nội, Văn Hóa Dân Tộc, 1978.

82-185778

173 p. illus.

1480
Trận tuyến phiá bắc: tập thơ văn nhiều tác giả. [Hà Nội] Tác Phẩm Mới, Hội Nhà Văn Việt Nam, 1979.

PL4378.5.T68
81-203180

261 p. illus.

1481
Trần Văn Điền *and* Winabelle Gritter. Cổ tích nhi đồng. Folk tales for children; illustrator, Tăng Quốc Ái. Grand Rapids, Mich., Grandasia. Publications, 1976–1977.

PZ90.V5C6 Orien Viet
79-984400

3 v. illus.

1482
Trần Văn Giáp. Tìm hiểu kho sách Hán Nôm: nguồn tư liệu văn học, sử học Việt-Nam; Nguyễn Đức Quỳ, đề tựa; Nguyễn Văn Xước, giới thiệu. v. 1+ Hà Nội, Thư Viện Quốc Gia, 1970+

Z3226.T72 1970 Orien Viet
81-152335

illus.

1483
Trần Văn Giáp *and others*. Lược truyện các tác gia Việt Nam. In lần thứ 2, có sửa chữa, bổ sung. Hà Nội, Khoa Học Xã Hội, 1971–1972.

PL4378.1.L8 Orien Viet
79-984425

2 v.
Includes index.

1484
Trần Văn Giàu. Giá trị tinh thần truyền thống của dân tộc Việt Nam. Hà Nội, Khoa Học Xã Hội, 1980.

DS556.44.T73 1980 Orien Viet
85-103911

314 p.

1485
Trần Văn Hải. Tự-điển căn-bản thảo-chương điện-toán Anh-Việt. Có bảng đối-chiếu Việt-Anh. In lần thứ 1. [Saigon] 1973.

QA76.15.T69 1973 Orien Viet
81-984072

120 p.
Cover title: Tự-điển điện-toán. Bibliography: p. 120.

1486
Trần Văn Quê. Sư-phạm lý-thuyết (đại-cương): ban hai năm, đúng với chương trình lớp hai năm Quốc-gia sư-phạm. In lần thứ 1. [s.l.] Bộ Văn-hóa Giáo-dục, 1964.

LB1564.V5T7 1964 Orien Viet
83-154348
363 p. (Tủ sách sư-phạm)

1487
Trần Văn Quê. Sư-phạm thực-hành. In lần thứ 1. [s.l.] Bộ văn-hóa giáo-dục, 1964.

LB1564.V5T73 1964 Orien Viet
83-153311
239 p. (Tủ sách sư-phạm)

1488
Trần Việt. Bông hồng nhung: truyện hoạt trong lòng địch diệt bọn CIA và xâm lược Mỹ. Hà Nội, Phụ Nữ, 1978.

PL4378.9.T692B6 Orien Viet
80-984346
373 p.

1489
Trần Việt Ngữ. Nghệ sĩ chèo Hoa Tâm. Hà Nội, Văn Hóa, 1979.

PN2898.H6T7 1979 Orien Viet
81-203171
267 p. illus., plates, port.
Errata slip inserted.

1490
Trần Văn Thái. Trại Đầm Đùn. Fort Smith, AR, Sống Mới, 1979.

PL4378.9.T6917T7 Orien Viet
81-169336
493 p.
Reprint.

1491
Trần Việt Ngữ and Thành Duy. Dân ca Bình-Trị-Thiên; Thanh Tịnh, Trần Việt Ngữ giới thiệu. 1st ed. Hà Nội, Văn Học, 1967.

83-189995
342 p.

1492
Trần Vũ Mai. Ở làng Phước Hậu: trường, ca. In lần thứ 1. [s.l.] Tác Phẩm Mới, 1978.

PL4378.9.T6925O23 1978 Orien Viet
83-112449
79 p.

1493
Trần Xuân Trường and Nguyễn Anh Bắc. Vấn đề kết hợp kinh tế với quốc phòng ở nước ta. Hà Nội, Quân Đội Nhân Dân, 1980.

HC444.T72 1980 Orien Viet
83-186170
142 p.

1494
Tranh khắc gỗ Việt Nam. Hà Nội, Bộ Văn Hóa, 1978.

NE1178.6.V5T7 Orien Viet
80-98437
[72] p. illus.

1495
Trên các tuyến đường; lời giới thiệu của đồng chí Nguyễn Tường Lân, Thứ trưởng Bộ Giao thông vận tải. [Hà Nội] Phổ Thông, 1978.

PL4378.8.T665 Orien Viet
80-984140
81 p. illus. (Loại sách Người tốt, viết tốt)

1496
Trên núi cao. Hà Nội, Phụ Nữ, 1979.

MLCS82/5237
82-165545
68 p.

1497
Triều Ân. Tiếng khèn A Pá: tập truyện ngắn. Hà Nội, Tác Phẩm Mới, Hội Nhà văn Việt Nam 1980.

PL4378.9.T6938T5 1980 Orien Viet
83-182769
139 p.

1498
Triệu Bôn. Rừng lá đỏ: truyện. Hà Nội, Quân Đội Nhân Dân, 1981.

PL4378.9.T694R8 1981 Orien Viet
85-104759
161 p.

1499
Triệu Dương. Tìm hiểu và suy nghĩ; bình luận văn học. In lần thứ 1. [Hà Nội] Tác phẩm mới, Hội Nhà Văn Việt Nam, 1982.

PL4378.O5.T695 1982 Orien Viet
83-144632
282 p. illus.
Includes bibliographical references.

1500
Triệu Hồng Thắng and Triệu Hữu Lý. Tổ quốc Việt Nam ngàn lần yêu quý. Bua dìu miền nhây to cuoa

Việt Nam shin dun shiên niắm. Hà Nội, Văn Hóa, 1979.

83-189753

47 p.

1501

Triệu Hữu Lý. Bàn Hộ: trường ca dân tộc Dao; Triệu Hữu Lý sưu tầm, biên soạn, chú thích. In lần thứ 1. Hà Nội, Văn Hóa, 1982.

84-241891

91 p.

1502

Triệu Thúc Đan *and others*. Nghệ thuật hoành tráng. Hà Nội, Văn Hóa, 1981.

N6490.N48 1981 Orien Viet
84-162933

195 p. illus.

1503

Trịnh Bá Hưu *and* Phạm Thủy Ba. Đac-uyn. Hà Nội, Văn Hóa, 1979.

QH31.D2T7 Orien Viet
81-172864

366 p. illus., plates.

1504

Trịnh Bỉnh Dy, Lê Thành Uyên *and* Đoàn Yên. Một số thăm dò chức năng sinh lý. Hà Nội, Y Học, 1979.

83-187851

209 p.

1505

Trịnh Bỉnh Dy *and others*. Về những thông số sinh học người Việt Nam. Hà Nội, Khoa Học và Kỹ Thuật, 1982.

84-247849

164 p. illus.

1506

Trịnh Chi. Hỏi và đáp về lịch sử Đảng. [s.l.] Thanh Niên [1978]

JQ898.D26H65 1978 Orien Viet
83-168773

206 p.

1507

Trịnh Cao Tưởng. Non nước Đồ Sơn. Hà Nội, Văn Hóa, 1978

DS560.92.D6T74 Orien Viet
80-984069

111 p. illus., plates.
Includes bibliographical references.

1508

Trịnh Hoài Đức. Gia-định thành thông-chí; dịch giả, Tu trai Nguyễn-Tạo; duyệt giả, Nguyễn-Đình-Diệm, Bửu-Cầm, Nguyễn-Triệu. [s.l.] Nha Văn hóa, Phủ Quốc-vụ-khanh Đặc-trách Văn-hóa, 1972.

DS559.92.G52T74 1972 Orien Viet
83-193516

3 v. (Văn hóa tùng thư; số 49–51)

1509

Trịnh Mạnh *and* Nguyễn Huy Đàn. Giáo trình tiếng Việt. v. [2] + Hà Nội, Giáo Dục [1975] +

PL4374.T68 1975 Orien Viet
82-159204

illus.
At head of title: Bộ giáo dục, Cục đào tạo và bồi dưỡng giáo viên. "Dùng trong các trường sư phạm cấp I hè 10 2 và các lớp bồi dưỡng giáo viên cấp I lên trình độ trung học hoán chỉnh." Bibliography: v. 2, p. [177]

1510

Trịnh Tam Kiệt. Nấm lớn ở Việt Nam. v. [1] + Hà Nội, Khoa Học và Kỹ Thuật, 1981 +

QK617.T83 1981 Orien Viet
83-144585

Errata slip inserted.
Bibliography: v. 1, p. 251–53.

1511

Trịnh Văn Thịnh *and* Đỗ Dương Thái. Công trình nghiên cứu ký sinh trùng ở Việt Nam. v. [2] + Hà Nội, Khoa Học và Kỹ Thuật, 1978 +

QL757.C63 1978 Orien Viet
82-102351

illus.
Contents.—v. 2. Giun sán ở động vật nuôi.

1512

Tripitaka. Sùtrapìtaka. Lankàvatàrasùtra. Vietnamese. Kinh Lăng-Già tâm ấn; dịch giả, Thích Nữ Diệu-Không. v. [1–3] + [Saigon?, s.n.] 2514 (1970)–2515 (1971)

BQ1723.V5 1971 Orien Viet
83-191852

Translation from the Chinese.

1513

Tripitaka. Sùtrapitaka. Vimalakirtinirdésa. Chinese and Vietnamese. Duy-Ma-Cật kinh. [Wei-mo-chieh ching]; Đoàn-Trung-Còn dịch. Saigon, Phật Học, 1971.

BQ2213.V5D63 1971 Orien Viet
83-155865

339 p. illus. (Phật-học tòng-thơ; 27)

1514
Trong đội ngũ tiên tiên: viết về những vị điển hình trong phong trào thể dục, thể thao khu vực nông nghiệp. [Hà Nội] Thể Dục Thể Thao, 1979.

MLCS82/10955 (G)
82-226271

132 p.

1515
Trọng Hứa. Ngã ba ngã tư: truyện ngắn. In lần thứ 1. Hà Nội, Tác Phẩm Mới, 1978.

MLCS83/5508 (P)
83-107226

227 p.

1516
Trong những ngày chiến tranh: tập truyện. Hà Nội, Lao Động, 1980.

PL4378.8.T666 1980 Orien Viet
83-187761

178 p.

1517
Trọng Phiên *and* Nguyễn Trần Thiết. Đường phía trước: viết về anh hùng lực lượng vũ trang nhân dân. Hà Nội, Quân Đội Nhân Dân, 1981.

PL4378.8.T6664 1981 Orien Viet
85-103984

97 p.

1518
Trong rừng hoa đẹp: tuyển tập truyện người tốt, việc tốt, 1968–1978. [s.l.] Phổ Thông, 1978.

MLCM83/2177 (P)
83-136658

111 p. illus.

1519
Trung Đông. Bên những dòng sông. Hà Nội, Phụ Nữ, 1977.

PL4378.8.T6668 1977 Orien Viet
83-181809

205 p.
Contents: về thành phố của Trung Đông—Tiếng hát bên bờ xe nước của Bá Dũng.

1520
Trung Đông. Những đỉnh núi thép: truyện. Hà Nội, Quân Đội Nhân Dân, 1981.

MLCS82/7678
82-192648

115 p.

1521
Trung Kiên. Người mình: truyện dài. Hà Nội, Phụ

Nữ, 1977–1978.

PL4378.9.T724N5 Orien Viet
80-984131

2 v.

1522
Trung-quốc, tình hình cơ bản. [Hà Nội] Tạp Chí Thông Tin Lý Luận [1980?]

DS712.T77 1980 Orien Viet
82-169955

366 p. map, plates.
Bibliography: p. 364–66.

1523
Trung Sơn. Câu chuyện làm phim về Bác Hồ. Hà Nội, Văn Hóa, 1983.

PN1995.9.H52T78 1983 Orien Viet
85-195492

93 p. illus.

1524
Trương Anh Thụy. Của mưa gửi nắng: thơ tuyển. Arlington, VA, Tủ Sách Cành Nam, 1984.

PL4378.9.T726C8 1984 Orien Viet
85-133724

1525
Trương Bá Cẩn *and others*. Kỷ niệm 100 năm ngày Pháp chiếm Nam-Kỳ, 20-6-1867–20-6-1967. [Saigon] Trình Bày [1967]

DS559.92.C6K9 Orien Viet
80-984124

240 p. illus.
Includes bibliographical references.

1526
Trương Cam Bảo *and others*. Tự điển Anh-Việt các khoa học trái đất. English-Vietnamese dictionary of sciences of the earth. Hà Nội, Khoa Học và Kỹ Thuật, 1978.

QE5.T772 1978 Orien Viet
82-150705

677 p.

1527
Trương Cam Bảo *and others*. Tự điển địa chất. v. [1] + Hà Nội, Khoa Học và Kỹ Thuật, 1979 +

QE5.T773 Orien Viet
81-151196

illus.

1528
Trường Chinh. Bàn về cách mạng Việt-Nam. Báo cáo đọc tại Đại hội đại biểu toàn quốc, tháng 2 năm

1951. In lần thứ 2. [Hà Nội] Ban Chấp Hành Trung
Ương, 1956+

JQ815 1956.T77 Orien Viet
80-984263

At head of title: Dang Lao Động Việt-Nam.

1529
Trường Chinh. Chủ tịch Hồ-Chí-Minh: sự nghiệp vĩ
đại, gương sáng đời đời. Hà Nội, Sự Thật, 1980.

DS560.72.H6T777 1980 Orien Viet
84-125690

50 p. illus., plates.

1530
Trường Chinh. Hương hoa đất nước: nghiên cứu,
tiểu luận. Hà Nội, Văn Học, 1979.

MLCS82/5249
82-167726

307 p.

1531
Trường Chinh. Kiên quyết đánh bại chủ nghĩa bành
trướng và chủ nghĩa bá quyền Trung-Quốc. Hà
Nội, Sự Thật, 1982.

DS554.8.T77 1982 Orien Viet
83-144181

71 p.

1532
Trường Chinh. Kỷ niệm lần thứ 60 cách mạng tháng
Mười vĩ đại. Hà Nội, Sự Thật, 1978.

DK265.T835 Orien Viet
80-984116

45 p. port.
Includes bibliographical references.

1533
Trường Chinh. Tượng đài hùng vĩ của tình hữu nghị
Việt-Xô. Hà Nội, Sự Thật, 1983.

DS556.58.S65T78 1983 Orien Viet
85-201032

62 p. illus., plates.

1534
Trường Chinh. Về vấn đề Cam-Pu-Chia. Hà Nội, Sự
Thật, 1979.

DS554.8.T78 Orien Viet
81-203175

45 p.

1535
Trường Chinh and Đặng Đức Siêu. Sổ tay văn hóa
Việt Nam. Hà Nội, Văn Hoá, 1978.

DS556.42.T78 1978 Orien Viet
81-203172

365 p.
Includes bibliographical references.

1536
Trường Chinh and Võ Nguyên Giáp. Vấn đề dân cày.
Xuất bản lần thứ 2. Hà Nội, Sự Thật [1959].

HD2080.5.T777 1959 Orient Viet
82-209975

131 p. facsim., plates.
Reprint. Originally published: Hà Nội, Đức
Cường, 1937.
Includes bibliographical references.

1537
Trường đại học Kinh tế, Kế hoạch. Bộ môn Kinh tế
Nông Nghiệp. Giáo trình kinh tế nông nghiệp xã hội
chủ nghĩa. In lần thứ 2. v. [1]+ Hà Nội, Đại Học
và Trung Học Chuyên Nghiệp, 1977+

HD2080.5.T78 1977 Orien Viet
80-984298

Includes bibliographical references.

1538
Trường Đại Học Y Khoa Hà Nội. Bộ môn da liễu.
Bệnh da liễu. v. [1]+ Hà Nội, Y Học, 1982+

RL71.B388 1982 Orien Viet
83-178021

1539
Trường Đại Học Y Khoa Hà Nội. Bộ Môn Sinh Lý
Học. Chuyên đề sinh lý học. Hà Nội, Y Học, 1980

QP34.5.C5 1980 Orien Viet
82-190291

189 p. illus.
Errata slip inserted.

1540
Trường Đại Học Y Khoa Hà Nội. Bộ Môn Vi Sinh
Vật. Vi sinh vật học. v. [1]+ Hà Nội, Y Học, 1981+

QR46.V5 1981 Orien Viet
82-184127

illus.
Errata slip inserted.

1541
Trường Đảng cao cấp Nguyễn Ái Quốc. Khoa Kinh
Tế Chính Trị. Kinh tế chính trị Mác—Lê-nin. v.
[1]+. Hà Nội, Sách Giáo Khoa Mác—Lê-nin,
1978+

HB97.5.T666 1978 Orien Viet
80-984157

"Chương trình cao cấp."
Errata slip inserted.
Contents: [1] Phương thức sản xuất tư bản chủ
nghĩa.

1542

Trường Sơn, thơ văn chọn lọc, 1959–1979. Hà Nội,
Văn Học, 1979.

PL4378.6.T75 1979 Orien Viet
82-129742

559 p.

"Kỷ niệm 20 năm đường Hồ Chí Minh." Poems.

1543

Trương Văn Chình. Liên-Hiệp-Pháp [của] Trình Quốc
Quang [tức] Trương Văn Chình. L'Union française.
v. [1] + Hà Nội, Văn Hóa [1949] +

JV1818.T77 Orien Viet
80-984265

Includes bibliographical references.
Contents.—[1] Hiến chương Liên-Hiệp-Pháp.—
[2] Thực hiện Liên-Hiệp-Pháp thế nào?

1544

Trương Văn Tràng. Đại-đạo Tam-kỳ Phổ-độ; giáo-lý.
La doctrine du Caodaisme. Soạn-giả: Tiếp-Pháp
Hiệp-Thiên-Đài Trương Văn Tràng. [Tây-Ninh,
Chơn-Truyền Ấn-Quán, 1950]

BL2055.T78 Orien Viet
79-984391

67 p.

1545

Trương Vĩnh Lễ. Phần đóng góp của Quốc-hội trong
công cuộc xây-dựng nền dân-chủ Việt-Nam:
thuyết-trình của ông Trương-Vĩnh-Lễ, chủ-tịch
Quốc-hội Việt-Nam Cộng-Hoà tại Hội thân-hữu
Việt-Pháp, ngày 18-1-1963. [Saigon] Sở Thông-tin
Quốc-hội, 1963.

JQ854.T78 1963 Orien Viet
83-106795

48 p.
Cover title.

1546

Truyện cổ các dân tộc thiểu số miền Nam [của] Hà Văn
Thư, Võ Quang Nhơn, Y Điêng chọn lọc và biên
soạn. Hà Nội, Văn Hóa, 19

GR313.T774 Orient Viet
79-984178

1547

Truyện cổ các dân tộc thiểu số Việt Nam. Hà Nội, Văn
Hóa Dân Tộc, 1977.

GR313.T775 Orien Viet
79-984068

317 p.

1548

Truyện cổ Dao; sưu tầm, Doãn Thanh, Lê Trung Vũ;

biên soạn, Doãn Thanh *and others*. Hà Nội, Văn
Hóa Dân Tộc, 1978.

GR308.5.Y36T78 Orien Viet
80-984349

292 p.

1549

Truyện cổ Tây-nguyên. Đỗ Thiện, Ngọc Anh [và]
Đinh văn Thành sưu tầm và biên soạn. [Hà Nội]
Văn Hóa [1961]

GR313.D6 Orien Viet
79-984412

367 p.

1550

Truyện thơ Mường. Minh Hiệu [và] Hoàng Anh
Nhân sưu tầm và giới thiệu. Hà Nội, Văn Học,
1963.

PL4392.7.T78 Orien Viet
80-984254

311 p.

1551

Truyện thơ Tày-Nùng; Nông Quốc Chân giới thiệu:
Hà Nội, Văn Học, 1964.

PL4251.T387T7 Orien Viet
80-984007

2 v.

Contents.—1. Nam Kim Thi Dan. Lưu Đài Hán
Xuân. Kim Quê. Truyện chim sáo.—2. Đính Quân.
Quảng Tân Ngọc Lương. Trần Châu. Vượt biển.

1552

Truyền thống dựng nước và giữ nước của dân tộc
Việt-Nam: chương trình cơ sở, Vụ huấn học, Ban
tuyên huấn trung ương. In lần thứ 5. Hà Nội, Sách
Giáo Khoa Mác-Lê-Nin, 1980.

DS556.5.T786 1980 Orien Viet
83-135813

47 p.

1553

Từ điển hóa học và công nghệ hóa học Anh-Việt. Hà
Nội, Khoa Học và Kỹ Thuật, 1977.

QD5.T82 Orien Viet
80-984137

545 p.
Added t.p.: English-Vietnamese dictionary of
chemistry and chemical technology.

1554

Từ điển kỹ thuật tổng hợp Nga-Việt. Hà Nội; Khoa

Học và Kỹ Thuật; Moskva, Sov. Entsiklopediĩa, 1973.

T10.T78 1973 Orien Viet
80-984072

879 p.

Added t.p.: Russko-v'etnamskĩi politekhnicheskĩi slovar'.

1555

Từ điển luyện kim Anh-Việt. English-Vietnamese metallurgical dictionary. Hà Nội, Khoa Học và Kỹ Thuật, 1978.

TN609.T8 Orien Viet
80-984304

390 p.

Includes indexes.

1556

Từ điển miễn dịch học. v. [1]+ Hà Nội, Y Học, 1976+
QR180.4.T8 Orien Viet
79-984056

1557

Tự điển Nga-Việt kỹ thuật thủy lợi [của] Uỷ ban Khoa Học và Kỹ Thuật Nhà Nước, Tổ Tự Điển Khoa Học và Kỹ Thuật. Hà Nội, Khoa Học, 1969.

TC804.T8 1969 Orien Viet
82-128388

276 p.

1558

Từ điển Nga-Việt trắc địa và bản đồ. Hà Nội, Khoa Học và Kỹ Thuật, 1971.

GA102.T8 Orien Viet
80-984204

239 p.

1559

Tự điển nông nghiệp Anh-Việt. English-Vietnamese agricultural dictionary. Hà Nội, Khoa Học và Kỹ Thuật, 1978.

S411.T78 Orien Viet
81-166542

294 p.

1560

Tự điển thuật ngữ khoa học xã hội Nga-Pháp-Việt [của] Ủy ban Khoa Học Xã Hội Việt Nam, Viện Ngôn Ngữ Học. Hà Nội, Khoa Học Xã Hội, 1979.

H40.T8 1979 Orien Viet
82-154491

561 p.

1561

Từ điển thuật ngữ sử học, dân tộc học, khảo cổ học

Nga-Pháp-Việt. In lần thứ 2, có bổ sung và sửa chữa. Hà Nội, Khoa Học Xã Hội, 1978.

83-147299

178 p.

1562

Từ điển tinh thể học Anh-Việt English-Vietnamese dictionary of crystallography. Hà Nội, Khoa Học và Kỹ Thuật, 1978.

QD902.T8 Orien Viet
80-984303

88 p.

1563

Từ Thu Lý and Đỗ Thị Khuê. Nấu ăn trong gia đình. [Paris] Quê Hương [1979]

TX724.5.V5T8 Orien Viet
81-984043

197 p. illus.

1564

Từ trong di sản: những ý kiến về văn học từ thế kỷ X đến đầu thế kỷ XX ở nước ta. Hà Nội, Tác Phẩm Mới, Hội Nhà Văn Việt Nam, 1981.

PL4378.05.T8 1981 Orien Viet
85-130784

269 p.

1565

Từ Vân. Cổ-tích Việt-Nam, bản tiếng Việt, Từ Vân; tranh vẽ, Vi Vi. Vietnamese folk tales, English version Bảo-Khanh. Toronto, Ontario, Canada, Quê Hương, c1982.

GR313.C6 1982 Orien Viet
84-202853

207 p. illus.

1566

Tuân Câu and Vũ Mẫn. Hội mùa; kinh nghiệm tổ chức hội mùa ở nông thôn. [Hà Nội] Văn Hóa Nghệ Thuật [1963]

GT4686.V5T8 Orien Viet
81-984030

63 p. illus.

1567

Tuấn Huy. Nỗi buồn tuổi trẻ: truyện dài. [Fort Smith, AR, Sống Mới, 1978?]

PL4378.9.T815N6 1978 Orien Viet
79-984349

308 p.

Reprint of the 1963 ed. published by Tiến Hóa, Saigon.

1568
Tuệ Đăng, *Thích*. Phật học thường thức khóa bản. Thị Nghè, Chùa Văn Thánh [1959]
        BQ4138.V5T83 Orien Viet
        80-984315
   107 p.

1569
Tuệ Giác. Việt-Nam Phật-giáo tranh-đấu sử; Tổng-vụ Hoằng-pháp Viện Hóa-đạo duyệt y, Thượng-tọa Thích-Tâm-Giác đề tựa. [Saigon] Hoa-Nghiêm, [1964]
        BQ506.T83 Orien Viet
        80-984143
   445, [1] p. illus.
   Bibliography: p. [446]

1570
Tuệ Tĩnh. Hồng nghĩa giác tư y thư; Lê Đức Toàn sao lục, Phòng Tu thư Huấn luyện Viện Đông y dịch, Nguyễn Sỹ Lâm hiệu đính và chú thích. Hà Nội, Y Học, 1978.
        RS67.V5T83 1978 Orien Viet
        82-173260
   319 p.
   Errata slip inserted.

1571
Tường Vân. Vào mùa: truyện ký. Hà Nội, Phụ Nữ, 1981.
        PL4378.9.T826V3 1981 Orien Viet
        83-182767
   79 p.

1572
Tường Vân, Nguyễn Bé. Tìm hiểu chung thủy. In lần thứ 1. [s.l.] Tường-Vân, 1966.
        BD435.N48 1966 Orien Viet
        83-140795
   167 p. Illus.

1573
Tuyến lửa biên giới: tâu thơ. Hà Nội, Văn Hóa, 1979.
        PL4378.6.T79 1979 Orien Viet
        83-146780
   134 p.

1574
Tuyển tập chèo cổ, Hà Văn Cầu sưu tầm và chú thích; Lộng Chương viết lời tựa. Hà Nội, Văn Hóa, 1976.
        PL4378.7.T94 Orien Viet
        84-172823
   290 p.

1575
Tuyển tập Nguyễn Công Hoan. v. [1]+ Hà Nội, Văn Học, 1983+
        PL4378.9.N45A6 1983 Orien Viet
        84-248390
   illus. (Văn Học Hiện Đại Việt Nam)

1576
Tuyển tập thơ văn 90 tác giả Việt Nam hải ngoại, 1975–1981. Bản đặc biệt. Missouri City, TX, Văn Hữu, c1982.
        MLCS82/5244
        82-165551
   432 p.

1577
Tuyết Oanh. Tiếng sáo chiều. Los Alamitos, CA, Tủ Sách Tuổi Ngọc Việt-Nam [197   ]
        PL4378.9.T85T5 1984 Orien Viet
        85-114004
   139 p.

1578
Tuyết Phượng, Đinh Kim Cương, *and* Võ Quang Nhơn. Hợp tuyển văn học Lào; Nguyễn Năm giới thiệu. Hà Nội, Văn Học, 1981.
        PL4251.L36H6 1981 Orien Viet
        84-161234
   511 p.

U

1579
Uống nước nhớ nguồn: tập ký. In lần 3. Hà Nội, Quân Đội Nhân Dân, 1978.
        DS560.72.H6U66 1978 Orien Viet
        79-984398
   394 p.

V

1580

Vài nét về việc đào tạo cán bộ chuyên môn ở các nước xã hội chủ nghiã: tài liệu tham khảo về cải cách giáo dục. Hà Nội, Sự Thật, 1980.

LB1738.V35 1980 Orien Viet
83-117880

139 p.

1581

Văn Công Lầu *and others*. Em học đia-lý: lớp ba; hoạ sĩ, Lê Chánh. [s.l.] Bộ Giáo Dục, 1965.

G126.E447 1965 Orien Viet
83-153177

111 p. illus.

1582

Văn Dân. Vàng lụa: truyện. Hà Nội, Quân Đội Nhân Dân, 1978.

PL4378.9.V23V3 Orien Viet
80-984128

293 p.

1583

Vấn đề biên giới giữa Việt Nam và Trung Quốc. Hà Nội, Sự Thật, 1979.

DS5556.58.C5V36 Orien Viet
80-984105

41 p. map.

1584

Văn hóa xã hội chủ nghĩa: một giai đoạn mới trong sử tiến bộ văn hóa của nhân loại; Viện Sử Học Việt Nam, Viện Sử Học Liên Xô. Hà Nội, Khoa Học Xã Hội, 1983.

HX523.V36 1983 Orien Viet
85-201078

478 p.

1585

Văn học dân gian Thái Bình; chủ biên, Phạm Đức Duật; sưu tầm, biên soạn, Phạm Đức Duật, Trương Sĩ Hùng, Nguyễn Huy Hồng. v. [1] + Hà Nội, Khoa Học Xã Hội, 1981 +

PL 4378.85.T46V3 1981 Orien Viet
83-145139

Bibliography: v. 1, p. 466.

1586

Văn học Việt Nam trên những chặng đường chồng phong kiến Trung-Quốc xâm lược. Hà Nội, Khoa Học Xã Hội, 1981.

PL4378.O5.V34 1981 Orien Viet
85-114042

674 p.

1587

Văn kiện của Đảng và Nhà nước về chính sách dân tộc: từ năm 1960 đến năm 1977. Hà Nội, Sự Thật, 1978.

JQ820.M5V36 1978 Orien Viet
82-154517

275 p.

1588

Văn Linh. Gương mặt một người thân: tiểu thuyết. [Hà Nội] Lao Động, 1978.

PL4378.9.V25G8 Orien Viet
80-984142

239 p.

1589

Văn Linh. Kỷ niệm nơi đáy hồ: truyện. Hà Nội [s.n.] [1981]

PL 4378.9.V25K9 1981 Orien Viet
84-158064

143 p.

1590

Văn Linh. Pả Sua: tiểu thuyết. In lần thứ 2. Hà Nội, Phụ Nữ, 1978.

MLCS82/9859 (P)
82-220193

191 p.

1591

Văn Linh. Trên đất bạn: truyện. Hà Nội, Quân Đội Nhân Dân, 1978.

MLCS83/5277 (P)
83-111707

210 p.

1592

Vân Long *and* Nguyễn Bùi Vợi. Gió và lửa: thơ. Hà Nội, Lao Động, 1983.

PL 4378.9.V255G5 1983 Orien Viet
84-247821

91 p.

1593

Văn nghệ vũ khí của cách mạng. Hà Nội, Sự Thật,

1982.

HX521.V32 1982 Orien Viet
83-151786

58 p.

1594

Văn Phác. Từ mùa thu ấy: tập ký và truyện. Hà Nội,
Quân Đội Nhân Dân, 1981.

PL4378.9.V265T8 1981 Orien Viet
83-116910

174 p.

1595

Văn Quang. Chân trời tím: truyện dài. Xuất bản lần
thứ 2. [Glendale, CA] Tinh Hoa Miền Nam [1980?]

PL4378.9.V27C5 1980 Orien Viet
82-202451

431 p.

Reprint. Originally published: 2nd ed. Saigon,
1966.

1596

Văn Quang. Những bước đi hoang. [Glendale, CA,
distributed by Dainamco, 1980?]

PL4378.9.V27N53 1980 Orien Viet
80-984339

463 p.

Reprint of the 1966 ed. published by Tiến Hóa,
Saigon.

Includes a reproduction of the t.p. of 1966 ed.

1597

Văn Tân. Tự điển Trung Việt. [Chung yüeh tz'u tien].
[Hà Nội] Sự Thật, 1956.

PL4377.V36 1956 Orien Viet
82-244816

1418 p.

1598

Văn Tân *and* Nguyễn Văn Đạm. Tự điển tiếng Việt.
In lần thứ 2. Hà Nội, Khoa Học Xã Hội, 1977.

PL4377.T77 1977 Orien Viet
79-984090

894 p.

1599

Văn Tạo. Chủ nghiã anh hùng cách mạng Việt Nam.
(Quá trình phát sinh và phát triển). Hà Nội, Khoa
Học Xã Hội, 1972.

DS560.6.V36 Orien Viet
80-984259

192 p.

1600

Văn Tạo, Phạm Xuân Nam, *and* Cao Văn Lương.

Nửa thế kỷ đấu tranh dưới ngọn cờ độc lập dân tộc
và chủ nghiã xã hội. Hà Nội, Khoa Học Xã Hội,
1980.

DS556.8.V33 1980 Orien Viet
82-185172

287 p.

Includes bibliographical references

1601

Văn Thảo. Những người báo bão: tiểu thuyết. Hà
Nội, Quân Đội Nhân Dân, 1983.

PL4378.9.V28N48 1983 Orien Viet
84-247436

391 p.

1602

Văn Tiến Dũng. Chiến tranh nhân dân, quốc phòng
toàn dân. v. [1]+ Hà Nội, Quân Đội Nhân Dân,
1978 +

U43.V5V36 Orien Viet
80-984081

port.

Includes bibliographical references.

1603

Văn Tiến Dũng. Mấy vấn đề nghệ thuật quân sự Việt
Nam. In lần thứ 2. Hà Nội, Quân Đội Nhân Dân,
1974.

DS558.5.V36 1974 Orien Viet
83-182797

401 p.

1604

Văn Tiến Dũng. Phạm Kim Vinh đọc đại thắng mùa
xuân. San Diego, CA, Hồn Việt [1976]

DS557.7.V353P43 1976 Orien Viet
83-180663

179 p. illus.

1605

Văn Tiến Dũng. Sức mạnh giữ nước vĩ đại của dân
tộc Việt Nam trong kỷ nguyên mới. Hà Nội, Sự
Thật, 1979.

UA853.V5V34 1979 Orien Viet
82-202427

331 p. plates, port.

Includes bibliographical references.

1606

Văn Tiến Dũng. Thế hệ trẻ Việt Nam với sự nghiệp
bảo vệ tổ quốc, xã hội chủ nghĩa: bài phát biểu của
Đại tướng Văn Tiến Dũng. [s.l.] Thanh Niên [1981]
84-248351

19 p.

1607

Văn Trọng. Hoàng Sa, quần đảo Việt Nam. Hà Nội, Khoa Học Xã Hội, 1979.

81-166405

90 p. illus., plates.

1608

Văn Vi Trình and Wakabayashi. Từ-điển Việt-Nhật thông thoại. Etsu Wa Tsuwa jiten. Saigon, Minh-tâm [1970]

PL4377.V35 1970 Orien Viet
83-139818

487 p. illus.

Cover title. French, Japanese (Roman), and Vietnamese.

1609

Vật Việt Nam: sách dùng cho học sinh Đại học thể dục thể thao. Hà Nội, Thể Dục Thể Thao, 1983.

GV1195.V15 1983 Orien Viet
85-202277

71 p. illus.

1610

Về công tác Đội. Hà Nội, Kim Đồng, 1977.

HQ799.V5V4 1977 Orien Viet
83-188319

46 p.

1611

Về công tác thể dục thể thao: tập luật lệ hiện hành thông nhất cho cả nước. v. [1]+ Hà Nội, Thể Dục Thể Thao, 1980+

GV303.V5V4 1980 Orien Viet
82-173526

"Tổng cục Thể dục thể thao xuất bản."

1612

Về lợi ích kinh tê. Hà Nội, Thông Tin Lý Luận, 1982.

85-103816

288 p.

1613

Vè Nghệ-Tĩnh. v. 1–2. Hà Nội, Văn Học, 1964–1965.

PL4378.85.N46V4 1964 Orien Viet
83-141274

1614

Về vấn đề xây dựng thuật ngữ khoa học. In lần thứ 2. Hà Nội, Khoa Học Xã Hội, 1977.

PL4379.V4 1977 Orien Viet
80-984170

302 p. illus.

First ed. published in 1968 under title: Về vấn đề dùng thuật ngữ khoa học nước ngoài.

Errata slip inserted.

1615

Vi Hồng. Đất bằng: tập truyện. Hà Nội; Tác Phẩm Mới, Hội Nhà văn Việt Nam, 1980.

PL4378.9.V45D3 1980 Orien Viet
83-182494

247 p.

Contents: Vãi Đàng—Đất bằng.

1616

Vi Hồng. Núi cỏ yêu thương: truyện. Hà Nội, Thanh Niên, 1984.

85-225349

184 p.

1617

Vi Hồng. Sli, lượn dân ca trữ tình Tày-Nùng. Hà Nội, Văn Hóa, 1979.

83-189042

314 p.

1618

Vi Hồng *and others*. Cái khuyên; tập truyện ngắn tái bản. Hà Nội, Kim Đồng, 1977.

PZ90.V5C3 Orien Viet
79-984321

115 p. illus.

1619

Vi một đoàn tàu thông nhất: tập ký về các tập thể và cá nhân xuất sắc trong phong trào "kế hoạch nhỏ thiều niên tiền phong; bìa và minh họa, Trần Gia Bích. Hà Nội, Kim Đồng, 1978.

PZ90.V5V48 1978 Orien Viet
83-114268

77 p.

1620

Vi sinh vật y học. v. 1+ Trường Đại Học Y Khoa Hà Nội, Bộ Môn Vi Sinh Vật. Hà Nội, Y Học, 1981+

QR46.V5 1981 Orien Viet
82-184127

illus.

1621

Vi Thị Kim Bình. Niềm vui: tập truyện ngắn. Hà Nội, Văn Nóa, 1979.

MLCS83/5503 (P)
83-136185

120 p.

1622
Viện Bảo tàng cách mạng Việt-nam: ban hướng dẫn.
Hà Nội, Văn Hóa Nghệ Thuật, 1962.
DS556.25.V54 1962 Orien Viet
84-216176
80 p. illus.

1623
Viện Chăn Nuôt. Kết quả nghiên cứu khoa học kỹ
thuật, 1969–1979. v. [1]+ [Hà Nội] Nông Nghiệp
[1979]+
SF55.V5K47 Orien Viet
81-162075
Contents.—tập 1. Chăn nuôi gia súc, gia cầm.

1624
Viện Công Vụ và Cơ Giới Hóa Nông Nghiệp. Kết quả
nghiên cứu khoa học kỹ thuật, 1960–1980; người
biên soạn, Nguyễn Điền. [s.l.] Nông Nghiệp, 1980.
85-209289
223 p. illus.

1625
Viện Dân tộc học. Các dân tộc ít người ở Việt Nam
(các tỉnh phía bắc). Hà-Nội, Khoa Học Xã Hôi,
1978.
DS556.44.V48 1978 Orien Viet
80-984098
454 p. illus., plates, map.
Bibliography: p. [447]–451.
Errata slip inserted.

1626
Viện Địa Chất và Khoáng Sản, Hanoi. Tổng cục địa
chất. Địa chất Việt Nam: phần miền Bắc; Trần Văn
Trị, chủ biên. Hà Nội, Khoa Học và Kỹ Thuật,
1977.
QE319.V55V54 1977 Orien Viet
80-984155
354 p. illus., plates.
Errata slip inserted.
Bibliography: p. 335–47.

1627
Viện Điều Tra Quy Hoạch Rừng, Bộ Lâm Nghiệp.
Cây gỗ rừng Việt Nam. v. [2–3]+ Hà Nội, Nông
Nghiệp [1978–1980]+
SD527.V5C39 1980 Orien Viet
82-218005
illus.
Includes index.

1628
Viện Khảo Cổ Học. Hùng vương dựng nước. v. [1, 4]

Hà Nội, Khoa Học Xã Hội, 1970–[1974]
DS556.6H64 1968 Orien Viet
84-142753

1629
Viện Kỹ Thuật Nông Nghiệp Miền Đông Nam Bộ.
Kết quả nghiên cứu khoa học kỹ thuật nông nghiệp.
v. 1+ [Hà Nội] Nông Nghiệp, 1980+
S471.V47V48 1980 Orien Viet
81-203182
illus.

1630
Viện Nghệ Thuật. Mỹ thuật thời Lê sơ. Hà Nội, Bộ
Văn Hóa và Thông Tin, 1978.
N7314.V527 Orien Viet
80-984094
71 p. illus., plates.
Includes bibliographical references.

1631
Viện Nghệ Thuật. Mỹ thuật thời Trần. Hà Nội, Bộ
Văn Hóa, 1977.
N7314.V54 Orien Viet
79-984088
137 p. illus., plates.
Includes bibliographical references.

1632
Viện Nghệ Thuật. Nghệ thuật chạm khắc cổ Việt Nam
qua các bản ráp. Hà Nội, Bộ Văn Hóa [1975]
NE754.V5V54 Orien Viet
79-984144
95 p. illus.

1633
Viện Sốt Rét, Ký Sinh Trùng và Côn Trùng. Kỷ yếu
công trình nghiên cứu khoa học (1975–1979). Hà
Nội, Y Học, 1980.
RC164.V5K9 1980 Orien Viet
82-188632
268 p. illus.

1634
Viện Sử Học. Mấy vấn đề phương pháp luận sử học.
Hà Nội, Khoa Học Xã Hội, 1967.
D16.V64 Orien Viet
80-984012
298 p.
Includes bibliographical references.

1635
Viện Sử Học. Nguyễn Trãi toàn tập. In lần thứ 2 có

sửa chữa và bổ sung. Hà Nội, Khoa Học Xã Hội, 1976.

PL4378.9.N5476 1976 Orien Viet
84-239161

844 p. illus., plates.

1636
Viện Sử Học. Nông thôn Việt Nam trong lịch sử: nghiên cứu xã hội nông thôn truyền thống. v. 1 + Hà Nội, Khoa Học Xã Hội, 1977 +

HN700.5.A8V53 Orien Viet
79-984093

illus.
Bibliography- v. 1, p. 415–16.

1637
Viện Toán Học (Vietnam). Hội Nghị Khoa Học (5th: 1976: Hanoi, Vietnam) Toán học: thông báo kết quả nghiên cứu tại Hội nghị khoa học Viện toán học lần thứ V (18–19/6/1976). Hà Nội, Viện Khoa Học Việt Nam, Viện Toán Học, 1979.

QA1.V435 1976 Orien Viet
81-203164

287 p.

1638
Việt Dũng. Gái ngoại thành: chèo. Hà Nội, Sở Văn Hóa [1968]

PL4378.9.V48G3 1968 Orien Viet
83-117427

95 p. (Tủ sách ngưởi Hà Nội)

1639
Vietnam. Ban Tuyên Huấn Trung Ương. Vụ Huấn Học. Truyền thống dựng nước và giữ nước của dân tộc Việt-Nam: chương trình cơ sở. In lần thứ 5. Hà Nội, Sách giáo Khoa Mác-Lê-Nin, 1980.

DS556.5.T786 1980 Orien Viet
83-135813

47 p.

1640
Vietnam. Bộ Công-chánh và Giao-thông. Nha Kiều Lộ. Điều kiện sách kỹ-thuật cho các công-tác kiến-tạo kiều-lộ thuộc chương-trình Viện-trợ Mỹ. Sai-gon, Nam-Trung-Bắc, 1963.

84-248741

213 p.

1641
Vietnam. Bộ Đại Học và Trung Học Chuyên Nghiệp. Vụ Công Tác Chính Trị. Đề cương bài giảng lịch sử Đảng cộng sản Việt Nam dùng trong các trường đại học. In lần thứ 4 có sửa chữa và bổ sung. Hà Nội, Đại Học và Trung Học Chuyên Nghiệp, 1980.

JQ898.D293D4 1980 Orien Viet
82-190345

614 p. illus., plates, ports.
Includes bibliographical references.

1642
Vietnam. Bộ Đại Học và Trung Học Chuyên Nghiệp. Vụ Công Tác Chính Trị. Đề cương bài giảng lịch sử Đảng cộng sản Việt Nam dùng trong các trường đại học. In lần thứ 5 có sửa chữa và bổ sung. Hà Nội, Đại Học và Trung Học Chuyên Nghiệp, 1981.

JQ898.D293D4 1981 Orien Viet
83-149886

2 v. illus.
Includes bibliographical references.

1643
Vietnam. Bộ Nội Thương. Kinh tê thương nghiệp Việt Nam. v. [1] + Hà Nội, Bộ Nội Thương, 1978 +

HF3800.5.K56 1978 Orien Viet
82-159031

1644
Vietnam. Bộ Nông Nghiệp. Tuyển tập các công trình nghiên cứu khoa học và kỹ thuật nông nghiệp: phần chăn nuôi-thú y. Hà Nội, Nông Nghiệp, 1980.

SF83.V5T89 1980 Orien Viet
82-216036

169 p.

1645
Vietnam. Bộ Nông Nghiệp. Tuyển tập các công trình nghiên cứu khoa học và kỹ thuật nông nghiệp: phần trồng trọt. Hà Nội, Nông Nghiệp, 1980.

S542.V5T89 1980 Orien Viet
82-216017

247 p. illus.

1646
Vietnam. Bộ Quốc-gia Giáo-dục. Chương-trình Tiểu-học. [Saigon] Bộ Quốc-gia Giáo-dục, 1960.

LB1523.C47 1960 Orien Viet
83-153252

(Tủ sách tiểu-học) 70 p.
"Nghị-định số 1005-GDND ngày 16 tháng 7-1959."

1647
Vietnam. Bộ Y tế. Tự điển y dược Pháp-Việt. In lần thứ 2, có sửa chữa và bổ sung. [Hà Nội] Y Học, 1976.

R121.T788 1976 Orien Viet
82-148686

701 p.

Rev. ed. of: Danh từ y dược Pháp-Việt [của] Bộ Y tế, 1963.

1648
Vietnam. Bộ Y Tế. Vụ Quản Lý Khoa Học Kỹ Thuật. Công trình nghiên cứu khoa học y dược năm 1979: nội dung tóm tắt. Hà Nội, Y Học, 1980.
84-197015
234 p.

1649
Vietnam. Cục Điều Tra Quy Hoạch Rừng. Tổng Cục Lâm Nghiệp. Cây gỗ rừng miền bắc Việt Nam. v. [1]+ [Hà Nội] Nông Thôn [1971]+
SD527.V5C38 Orien Viet
82-129114
illus.

1650
Vietnam. Cục Đo Đạc và Bản Đồ. Tập bản đồ Việt-Nam. Hà Nội, Cục Đo Đạc và Bản Đồ, 1964.
G2370.V4 1964 (G & M)
81-675329
1 atlas (20 leaves of plates), all maps, photocopy.

1651
Vietnam. Cục Thông Tin và Cổ Động. Công tác thông tin và cổ động ở cơ sở. Hà Nội, Văn Hóa, 1980.
83-114952
171 p. illus.

1652
Vietnam. Hội Đồng Chính Phủ. Nhiệm vụ kê hoạch Nhà nước năm 1979: báo cáo của Hội đồng Chính phủ do đồng chí Lê Thanh Nghị, Ủy viên Bộ Chính trị trung ương Đảng, Phó thủ tướng Chính phủ, trình bày tại kỳ họp thứ tư, Quốc hội khóa VI. Hà Nội, Sự Thật, 1979.
HC444.W53 1979 Orien Viet
83-178171
73 p.

1653
Vietnam. Hội Đồng Chính Phủ. Phương hướng nhiệm vụ và mục tiêu của kê hoạch nhà nước năm 1977: báo cáo của Hội đồng Chính phủ do đồng chí Lê-thanh-Nghị, Ủy viên Bộ Chính trị Trung ương Đảng, Phó Thủ tướng Chính phủ, trình bày tại kỳ họp thứ hai, Quốc hội khóa VI. Hà Nội, Sự Thật, 1977.
HC444.V54 1977 Orien Viet
83-179209
113 p.

1654
Vietnam. Nha Địa-dư Quốc-gia. Bản đồ hàng tỉnh Việt-nam Cộng-hòa. Dalat, Nha Địa-dư Quốc-gia, 1970.
G2371.F7V5 1970 Orien Viet
78-379685
[44] leaves, 911 maps.

1655
Vietnam. Phủ Tổng Ủy Di Cư Tị Nạn. Cuộc di cư lịch sử tại Việt Nam. [Saigon, 1958?]
HV640.4.V5C86 1958 Orien Viet
83-106333
317 p. illus.

1656
Vietnam. President (1967–1975: Nguyễn Văn Thiệu) Thông điệp của Tổng thống Việt Nam Cộng Hòa đọc trước Quốc Hội ngày 9-2-1968. [Saigon] Việt Nam Cộng Hòa, Bộ Thông tin, 1968.
J644.N38 1968 Orien Viet
83-135739
24 p.

1657
Vietnam. Tổng Cục Thống Kê. 30 [i.e. Ba mươi] năm phát triển kinh tê và văn hóa của nước Việt Nam dân chủ cộng hòa. Hà Nội, Sự Thật, 1978.
DS560.3.V53 1978 Orien Viet
80-984101
205 p. illus., plates.
Includes bibliographical references.

1658
Vietnam. Ủy Ban Khoa Học và Kỹ Thuật Nhà Nước. Các vấn đề môi trường: báo cáo khoa học tại loạt hội thảo; phối hợp tổ chức vào tháng 4, 5, 6-1982 tại Hà Nội. Hà Nội [s.n.] 1982.
TD171.5.V5C33 1982 Orien Viet
85-230825
258 p.

1659
Vietnam. Ủy Ban Khoa Học Xã Hội Việt Nam. Hội đồng tương trợ kinh tế: những văn bản pháp lý chủ yêu. Hà Nội, Khoa Học Xã Hội, 1980.
HC243.5.H64 1980 Orien Viet
85-104743
333 p.

1660
Vietnam. Ủy Ban Khoa Học Xã Hội. Nghiên cứu học tập thơ văn Hồ Chí Minh. Hà Nội, Khoa Học Xã

Hội, 1979.

PL4378.9.H5Z79 1979 Orien Viet
82-155756

637 p. illus.

1661
Vietnam. Ủy Ban Khoa Học Xã Hội. Viện Ngôn Ngữ
Học. Giữ gìn sự trong sáng của tiếng Việt về mặt
từ ngữ. v. [1-2]+ Hà Nội, Khoa Học Xã Hội,
1981+

PL4371.G58 1981 Orien Viet
83-145304

1662
Vietnam. Ủy Ban Khoa Học Xã Hội Việt Nam. Viện
Sử Học. Tìm hiểu khoa học kỹ thuật trong lịch sử
Việt Nam. Hà Nội, Khoa Học Xã Hội, 1979.

Q127.V53T55 1979 Orien Viet
82-155762

434 p. illus., plates.
Includes bibliographical references.

1663
Vietnam. Ủy Ban Khoa Học Xã Hội Việt Nam. Viện
Sử Học. Tìm hiểu xã hội Việt Nam thời Lý-Trần.
Hà Nội, Khoa Học Xã Hội, 1980.

DS556.42.T55 1980 Orien Viet
83-144589

691 p.
Includes bibliographical references.

1664
Vietnam. Ủy Ban Liên-bộ Đặc-trách Ấp Chiến-lược.
Phân Ủy-ban Chiêu-hồi. Chánh-sách chiêu-hồi; lý-
thuyết căn-bản, hệ-thống tổ chức [và] kỹ-thuật vận-
động. [Saigon, 1963]

DS556.9.V55 1963 Orien Viet
80-984029

141 p. port.

1665
Vietnam. (Democratic Republic, 1946–). Bộ Y tế.
Hướng dẫn thuốc Nam châm cứu. Hà Nội, Y Học,
1977.

RM666.H33V53 1977 Orien Viet
80-984158

186 p. illus.

1666
Vietnam. (Democratic Republic, 1946–). Quân Đội.
Ban Nghiên Cứu Lịch Sử Quân Đội. Lịch sử quân
đội nhân dân Việt Nam [của] Ban Nghiên Cứu Lịch
Sử Quân Đội, Tổng Cục Chính Trị. In lần thứ 3.
XX v. [1]+ Hà Nội, Quân Đội Nhân Dân, 1977+

UA853.V5L53 1977 Orien Viet
84-190951

1667
Vietnam (Democratic Republic). Quốc Hội (6th:
1976) Những quyết định quan trọng của Quốc Hội
chung cả nước khóa VI kỳ họp thứ nhất. [s.l.] Phổ
Thông [1977]

JQ644.H8V53 1977 Orien Viet
83-154890

50 p. illus., plates.

1668
Việt-Nam anh dũng. Hà Nội, Sự Thật, 1956.

DS560.6.V5 1956 Orien Viet
83-135852

194 p.

1669
Việt-Nam đất nước giàu đẹp. v. [1]+ Hà Nội, Sự
Thật, 1978+

DS556.39.V5 1978 Orien Viet
82-159034

illus.

1670
Việt-Nam đấu tranh. [Hà Nội?] Thông Tấn Xã Báo
Chí "Nô-Vô-Sti", [196]

DS557.7.S4819 1966 Orien Viet
84-193340

1 v. (various pagins.) illus.

1671
Việt Nam đấu tranh và xây dựng. Hà Nội, Sự Thật,
1980.

DS556.8.V46 1980 Orien Viet
83-101885

95 p. illus., plates.

1672
Việt Nam, non sông gấm vóc, dân tộc anh hùng, nghìn
năm văn hiến. [Montreal] Hội Đoàn Kết Việt Kiều
Ca-na-đa, 1976.

DS556.3.V525 Orien Viet
79-984419

138 p. illus.
Cover title.

1673
Việt Nam trên sân khấu thế giới; phần giới thiệu, Vũ
Đình Phòng; người dịch, Vũ Đình Phòng, Thiết
Vũ, H-T. Hà Nội, Văn Hóa, 1979.

PN6120.V48V5 1979 Orien Viet
83-148830

410 p. illus., plates.

1674
Việt-Nam trong phim của Hai-Nốp-Xki và Soi-Man.

Quang Chiến và Công Thư dịch. Hà Nội, Văn Hóa, 1982.

84-188937

159 p. illus., plates.

1675
Việt Nam và thế giới. Hà Nội, Sự Thật, 1981.
DS559.912.V525 1981 Orien Viet
85-117875
215 p.

1676
Việt Nam ý nghĩa của những con số. [Hà Nội] Phổ Thông, 1977.
HA4600.5.V53 1977 Orien Viet
82-167106
37 p. illus.

1677
Vĩnh Liêm. Bi ca người vượt biển: truyện thơ. Silver Spring, MD, Vĩnh Liêm, 1980.
PL4378.9.V52B5 1980 Orien Viet
82-147497
32 p.

1678
Vĩnh Liêm. Tị nạn trường ca. v. 1+ [Silver Spring, MD, Tủ Sách Con Rồng] 1980+
PL4378.9.V52T5 1980 Orien Viet
80-984389

1679
Vĩnh Mai. Đất đen và hoa thắm. In lần thứ l. [s.l.] Tác Phẩm Mới, Hội Nhà Văn Việt Nam, 1982.
PL4378.9.V54D3 1982 Orien Viet
84-241560
101 p.

1680
Võ Chí Công and Tô Hữu. Khẩn trương và tích cực đẩy mạnh phong trào hợp tác hóa nông nghiệp ở miền nam. Hà Nội, Sự Thật, 1979.
HD1486.V5V6 1979 Orien Viet
82-216609
73 p.

1681
Võ Danh Thị. Quan-âm thị-kính. [s.l.] Lá Bối [19   ]
PL4378.9.Q33 1976 Orien Viet
83-186585
47 p.

1682
Võ Đình Mai. Xứ sấm sét: tập truyện. In lần thứ l.

Paris, Lá Bối, 1980.
PL4378.9.V56X8 Orien Viet
81-203162
146 p. illus., plates.

1683
Võ Hà Anh. Con bé tôi yêu. [California?] Anh Vũ [1980?]
PL4378.9.V564C6 1980 Orien Viet
82-102293
216 p.

1684
Võ Hà Anh. Môi hồng: truyện dài phóng sự. Glendale, CA, Distributor, Dainamco [1980?]
PL4378.9.V564M6 1980 Orien Viet
82-102298
347 p.
Reprint. Originally published, 2nd ed. Saigon, Anh Vũ, 1973.

1685
Võ Hà Anh. Thương mầu phần bảng. Fort Smith, AR, Sông Mới [1980?]
PL4378.9.V564T5 1980 Orien Viet
82-102306
173 p.
Reprint. Originally published, 1974.

1686
Võ Hà Anh and Dung (Saigon). Cho người tình mong manh. Lancaster, PA, Xuân Thu [1980?]
PL4378.9.V564C5 1980 Orien Viet
82-154527

1687
Võ Hoàng. Góc bể bên trời. San Jose, CA, Nhân Văn [1983]
PL4378.9.V565G6 1983 Orien Viet
85-155303
195 p.

1688
Võ Hoàng and Tưởng Năng Tiến. Măng Đầu Mùa: tuyển tập. Sunnyvale, CA, Đ.X. Nghĩa [1983?]
PL4378.8.V56 1983 Orien Viet
85-114018
141 p. illus.

1689
Võ Hoàng Minh. Đội bóng rổ thiếu niên; bìa và minh họa của Chi Lăng. Hà Nội, Kim Đồng, 1980.
PZ90.V5V6 1980 Orien Viet
83-116904
76 p. illus.

1690

Võ Huy Tâm. Măng bão: tiểu thuyết; bìa và minh họa của Trương Hiêu. Hà Nội, Kim Đồng, 1980.

MLCS82/10960 (P)
82-225900

130 p. illus.

1691

Võ Huy Tâm. Rượu chát: tiểu thuyết. [s.l.] Tác Phẩm Mới, Hội Nhà văn Việt Nam, 1981.

PL4378.9.V575R8 1981 Orien Viet
85-117271

121 p.

1692

Võ Nguyên. Phong trào công nhân miền Nam. Hà Nội, Sự Thật, 1961.

HD8700.5.V6 Orien Viet
80-984264

145 p.

"Giới thiệu cuộc đấu tranh chống Mỹ-Diệm của giai cấp công nhân miền Nam, từ tháng 7-1954 đến tháng 7-1961."

Includes bibliographical references.

1693

Võ Nguyên Giáp. Cả nước một lòng bảo vệ vững chắc tổ quốc Việt Nam xã hội chủ nghĩa. Hà Nội, Sự Thật, 1979.

DS559.912.V6 1979 Orien Viet
83-188577

211 p.

1694

Võ Nguyên Giáp. Chiến tranh giải phóng dân tộc và chiến tranh bảo vệ tổ quốc. Hà Nội, Sự Thật, 1979.

DA553.1.V59 1979 Orien Viet
82-173450

583 p. illus., plates.
Includes bibliographical references.

1695

Võ Nguyên Giáp. Đẩy mạnh cuộc cách mạng khoa học-kỹ thuật trong nông nghiệp nước ta. Hà Nội, Sư Thật, 1978.

S471.V47V6 1978 Orien Viet
82-173437

207 p.
Includes bibliographical references.

1696

Võ Nguyên Giáp. Khoa học về biển và kinh tế miền biển. Hà Nội, Sự Thật, 1981.

82-199007

38 p.

1697

Võ Nguyên Giáp. Thanh niên với cách mạng khoa học kỹ thuật. [Hà Nội] Thanh Niên, 1981.

Q127.V53V6 1981 Orien Viet
84-125578

293 p. illus., plates.
Includes bibliographical references.

1698

Võ Nguyên Giáp. Về nhiệm vụ xây dựng kinh tế của quân đội nhân dân Việt Nam. Hà Nội, Quân Đội Nhân Dân, 1977.

UH725.V5V59 1977 Orien Viet
83-147395

77 p.

1699

Võ Nguyên Giáp. Về sức mạnh tổng hợp của cách mạng Việt Nam. Hà Nội, Sự Thật, 1978.

HX400.5.A6V6 Orien Viet
80-984087

89 p.
Includes bibliographical references.

1700

Võ Nguyên Giáp. Vị trí chiến lược của chiến tranh nhân dân ở địa phương và của các lực lượng vũ trang địa phương. Hà Nội, Quân Đội Nhân Dân, 1972.

UA853.V5V629 Orien Viet
81-984029

49 p.

"Bài nói của Đại tướng Võ Nguyên Giáp tại Hội nghị quân sự địa phương toàn miền Bắc tháng 7 năm 1970."

1701

Võ Nguyên Giáp. Xây dựng kinh tế: một nhiệm vụ chính trị quan trọng của quân đội trong giai đoạn mới. Hà Nội, Sự Thật, 1978.

UH725.V5V6 Orien Viet
80-984088

75 p.

1702

Võ Nguyên Giáp *and others.* Vài hồi ức về Điện-biên-phủ. In lần thứ 4. Hà Nội, Quân Đội Nhân Dân, 1977 +

DS553.3.D5M67 1977 Orien Viet
79-984094

First ed. published in 1964 under title: Một vài hồi ức về Điện-biên-phủ.

1703

Võ Quý. Chim Việt Nam: hình thái và phân loại. v.

[2]+ Hà Nội, Khoa Học và Kỹ Thuật, 1981+
QL691.V5V6 1981 Orien Viet
83-145996

illus.
Includes index.
Bibliography: v. 2, p. 388–93.

1704
Vô sản hóa: hồi ký cách mạng. Hà Nội, Thanh Niên,
1972.
PL4378.8.V58 1972 Orien Viet
83-101308

129 p.

1705
Võ Tân. Tai mũi họng thực hành. In lần thứ 2 có sửa
chữa. v. [1]+ Hà Nội, Y Học, 1979+
RF46.V6 1979 Orien Viet
81-203161

illus.

1706
Võ Thuận Nho *and others.* 35 năm phát triển sự nghiệp
giáo dục phổ thông. Hà Nội, Giáo Dục, 1980.
82-190246

255 p.

1707
Võ Văn Kiệt. Học tập những phường tiên tiến. [Thành
Phố Hồ Chí Minh, s.n.] 1980.
83-132251

175 p.

1708
Võ Văn Kiệt. Về những xã tiên tiến ngoại thành.
[Thành Phố Hồ Chí Minh] Thành Phố Hồ Chí
Minh. 1980.
JS7225.V5V6 1980 Orien Viet
82-189324

144 p.

1709
Võ Văn Trực. Hành khúc mùa xuân: trường ca. [Hà
Nội] Thanh Niên, [1980]
PL4378.9.V594H3 1980 Orien Viet
83-182511

127 p.

1710
Võ Văn Trực. Ngày hội của rạng đông; trường ca
Xô-Viết nghệ tĩnh. Hà Nội, Thanh Niên [197]
MLCS82/5092
82-164381

103 p.

1711
Võ Văn Trực. Thủy triều: truyện ký. [s.l.] Phụ Nữ,
1980.
MLCS83/5528 (P)
83-110696

101 p.

1712
Vòm trời biên giới: thơ. [Hà Nội] Thanh Niên, 1979.
PL4378.6.V6 1979 Orien Viet
83-185314

182 p.

1713
Vôn-Ghin, V.P. Lược khảo lịch sử các tư tưởng xã
hội chủ nghĩa: từ thời kỳ cổ đại đến cuối thế kỷ
XVIII. Hà Nội, Sự Thật, 1979.
84-149952

509 p.

1714
Vũ Bằng. Cười đông, cười tây, cười kim, cười cổ.
Fort Smith, AR, Sống Mới [19]
MLCS82/9858
82-223557

1715
Vũ Bằng. Khảo về tiểu-thuyết. Saigon, P. Văn-Tươi,
1955.
PN3491.V8 Orien Viet
80-984117

171 p. (Loại sách "Học và hiểu")
Includes bibliographical references.

1716
Vũ Bằng. Miếng ngon Hà Nội. Lancaster, PA, Xuân
Thu [1980?]
TX724.5.V5V89 1980 Orien Viet
81-203190

232 p.
Reprint. Originally published: 1959.

1717
Vũ Bằng. Truyện cổ Việt-Nam [của] Vũ Tường
Khanh [i.e. Vũ Bằng]. [Saigon] Thế Giới, [1969]
GR313.V82 Orien Viet
79-984404

166 p.

1718
Vũ Bão. Qua Hướng-hóa: truyện và ký. [s.l.] Văn học
giải Phóng, 1976.
MLCS83/5529 (P)
83-110703

160 p.

1719
Vũ Công Cẩn *and* Văn Tùng. Những chặng đường lịch sử của Đoàn, 1975–1980. Hà Nội, Thanh Niên, 1981.

82-190627

179 p.

1720
Vũ Duy Thanh. Một số vấn đề cấp cứu bụng. Hà Nội, Y Học, 1980.

84-161281

143 p.

1721
Vũ Đình Hải *and others*. Những nhiễm độc cấp thường gặp. Hà Nội, Y Học, 1979.

RA1224.5.N48 1979 Orien Viet
83-189055

295 p.

1722
Vũ Hoàng Chương *and others*. Quê hương và dân tộc: tuyển tập thi ca. Berkeley, CA, Ý Thức, 1980.

PL4378.6.Q37 1980 Orien Viet
82-154543

[46] leaves. illus., plates.

1723
Vũ Hùng. Cam-Pu-Chia, đất nước xanh tươi; bìa và minh hoạ của Tôn Đức Lượng. Hà Nội, Kim Đồng, 1981.

DS554.382.V8 1981 Orien Viet
84-241836

76 p. illus.

1724
Vũ Huy Anh. Mùa xuân về: truyện. Hà Nội, Phụ Nữ, 1979.

MLCS83/2228 (P)
83-106590

161 p.

1725
Vũ Huy Phúc. Tìm hiểu chế độ ruộng đất Việt Nam nửa đầu thế kỷ XIX. Hà Nội, Khoa Học Xã Hội, 1979.

HD890.5.V8 1979 Orien Viet
82-155734

415 p. illus.
At head of title: Ủy Ban Khoa Học Xã Hội Việt Nam, Viện Sử Học. Includes bibliographical references.

1726
Vũ Khiêu. Con người mới Việt Nam và sứ mệnh quang vinh của văn nghệ. Hà Nội, Sự Thật, 1980.

NX578.6.V5V8 1980 Orien Viet
83-189537

105 p.

1727
Vũ Kiên. Tìm hiểu các quan điểm cơ bản của Đảng về công tác y tế. Hà Nội, Sự Thật, 1980.

RA395.V5V8 1980 Orien Viet
82-189403

95 p.

1728
Vũ Ký. Đạo làm người Nguyễn Công Trứ. [Tái bản lần thứ 2] [Canada] Quê-Hương [1981?]

PL 4378.9.N452Z95 1981 Orien Viet
82-158987

1729
Vũ Kỳ Lân *and* Nguyễn Sinh. Ký sự miền đất lửa. Hà Nội, Tác Phẩm Mới, 1978.

PL4378.9.V818K9 Orien Viet
80-984376

234 p.

1730
Vũ Lê Mai. Tre xanh: truyện. Hà Nội, Văn Học, 1970.

PL4378.9.V82T7 Orien Viet
79-984137

125 p.

1731
Vũ Ngọc Khánh. Kỷ niệm và di tích Nguyễn Trãi ở Thanh Hóa. [Thanh Hóa] Ty Văn Hóa và Thông Tin Thanh Hóa [1980]

DS556.73.N49V8 1980 Orien Viet
82-189343

83 p.

1732
Vũ Ngọc Phan. Tục ngữ, ca dao, dân ca Việt Nam. In lần thứ 8, có sửa chữa và bổ sung. Hà Nội, Khoa Học Xã Hội, 1978.

PN6519.V5V8 1978 Orien Viet
80-984165

802 p.
Bibliography: p. [795]–798.

1733
Vũ Quang. Đảng, người lãnh đạo, giáo dục, và rèn luyện thanh niên ta. [Hà Nội] Thanh Niên, 1970.

HQ799.V5V8 1970 Orien Viet
84-172575

62 p.

1734
Vũ Quốc Tuân. Những vấn đề cơ bản trong công tác kế hoạch hóa của cấp huyện. [Hà Nội] Nông Nghiệp [1979]

HC444.V8 1978 Orien Viet
82-167080

321 p.
Errata slip inserted.
Bibliography: p. 320.

1735
Vũ Tài Lục. Thủ-đoạn chính-trị. [Tái bản lần thứ 2. Saigon] Việt-Chiến [1970]

JF2011.V8 1970 Orien Viet
81-984066

249 p.

1736
Vũ Tài Lục. Tướng mệnh học khảo luận. Garden Grove, CA, Hồn Nước [198]+

BF859.V8 1980z Orien Viet
82-150722

362 p. illus.
Reprint.

1737
Vũ Thế Hưng. Con người cất cánh; bìa của Phùng Phẩm: minh họa của Anh Sơn. Hà Nội, Kim Đồng, 1980.

MLCS82/10963 (T)
82-225907

126 p. illus.

1738
Vũ Thị Thường. Câu chuyện bắt đầu từ những đứa trẻ: truyện ngắn. [In lần thứ 1] [Hà Nội] Tác Phẩm Mới, 1977.

PL4378.9.V855C3 1977 Orien Viet
79-984323

153 p.
Errata slip inserted.

1739
Vũ Thị Thường. Gánh vác: tập truyện ngắn. Tái bản có sửa chữa bổ sung. Hà Nội, Văn Học, 1982.

PL4378.9.V855G36 1982 Orien Viet
83-183862

133 p. (Văn học hiện đại Việt Nam)

1740
Vũ Thụy Hoàng. Rồng vàng vượt biển. Sea crossing, ordeals & sagas of the Vietnamese boat people. Springfield, VA, Vietnam Books, 1982.

DS559.912.V8 1982 Orien Viet
82-90614

237 p. illus.
Includes bibliographical references and index.

1741
Vũ Trọng Phụng. Giông tố: những tác phẩm hay. Fort Smith, AR, Sống Mới, [19]

MLCS83/5524 (P)
83-106542

340 p.

1742
Vũ Tư Trang. Miền đất đợi chờ: truyện. [s.l.] Thanh Niên [1978]

MLCS82/9866 (P)
82-219706

218 p.

1743
Vũ Văn Chuyên. Tóm tắt đặc điểm các họ cây thuốc; có kèm theo bảng tra cứu tên, họ của một số cây thông thường. In lần thứ 2, có sửa chữa và bổ sung. [Hà Nội] Y Học, 1976.

QK99.V5V8 Orien Viet
77-985742

271 p. illus.
Errata slip inserted. Bibliography: 265–68.

1744
Vũ Văn Mẫu. Từ-điển Pháp-Việt pháp-chính kinh-tài xã-hội Dictionnaire Français-Vietnamien des sciences juridiques, politiques, économiques, financières et sociologiques. Saigon, Viện Đại-học Vạn-Hạnh, 1970.

H43.V83 1970 Orien Viet
84-193349

895 p.

1745
Vũ Văn Ngũ. Loạn khuẩn đường ruột và tác dụng điều trị của colisuptil [của] Vũ Văn Ngũ và những người cộng sự. Hà Nội, Y Học, 1979.

MLCS83/5892 (Q)
83-113770

193 p. illus.

1746
Vùng ven sông Nhị. v. 1 + [Hà Nội] Nhà Xuất Bản Hà Nội, 1979 +

GR313.V85 1979 Orien Viet
82-223508

1747
Vươn lên đỉnh cao thời đại. [Bruxelles] Hội Sinh Viên

Việt Kiều Yêu Nước Tại Bỉ, 1975.

DS556.8V86 Orien Viet
79-984338

160 p. illus.

1748
Vương Anh. Tình còn: thơ. Hà Nội, Văn Hóa Dân
Tộc, 1978.

PL4378.9.W897T5 1978 Orien Viet
83-113414

80 p.

1749
Vương Hồng Sển. Cảnh Đức Trấn đào lục: khảo về
gốm cổ, sành xưa, lò Cảnh-Đức-Trấn [Ching-te-
chen t'ao lu] [Saigon] Vương Hồng Sển, 1972.

NK4566.C46L36 1972 Orien Viet
83-191618

368 p. illus., plates. (Hiếu cổ đặc san; số 5)

1750
Vương Hồng Sển. Cuốn sổ tay của người chơi cổ
ngoạn. [s.l.] Vương Hồng Sển, 1972.

NK1125.V95 1972 Orien Viet
83-178621

365 p. illus., plates. (Hiếu cổ đặc san; 6)

1751
Vương Hồng Sển. Khảo về đồ sứ cổ Trung-Hoa. [s.l.]
Vương Hồng Sển, 1971.

NK4165.V86 1971 Orien Viet
83-178625

461 p. illus., plates. (Hiếu cổ đặc san; số 4)

1752
Vương Hồng Sển. Phong-lưu cũ mới. [s.l.] Vương
Hồng Sển [1970]

83-178603

298 p. illus., plates. (Hiếu cổ đặc san; số 1)

1753
Vương Hồng Sển. Sài-Gòn năm xưa. Fort Smith AR,
Sông Mới [1980?]

DS559.93.S2V86 1980 Orien Viet
82-216551

328 p. illus.

Originally published: 2nd ed. Saigon, Sống Mới,
1968. Includes bibliographical references and index.

1754
Vương Hồng Sển. Thú chơi cổ ngoạn. [s.l.] Vương
Hồng Sển, 1971.

N5200.V86 1971 Orien Viet
83-178615

337 p. (Hiếu cổ đặc san; số 3)

1755
Vương Hồng Sển. Thú xem truyện Tàu. [s.l.] Vương
Hồng Sển, 1970.

PL2264.V86 1970 Orien Viet
83-178610

327 p. illus., plates. (Hiếu cổ đặc san; số 2)
Bibliography: p. [328]

1756
Vương Kiêm Toàn *and* Vũ Lân. Hội truyền bá quốc
ngữ: một tổ chức công khai của Đảng chống nạn
mù chữ, 1938–1945. Hà Nội, Giáo Dục, 1980.

LC157.V5V86 1980 Orien Viet
82-189333

159 p. illus.

1757
Vương Linh. Những sắc màu quê hương: thơ; In
lần thứ 1. [s.l.] Tác Phẩm Mới, 1977.

PL4378.9.V88N4 1977 Orien Viet
83-113410

90 p.

1758
Vương Thừa Vũ. Trưởng thành trong chiến đấu: hồi
ký. Hà Nội, Quân Đội Nhân Dân, 1979.

DS553.5.V86 1979 Orien Viet
82-163801

387 p. plates, port.
Includes bibliographical references.

1759
Vương Trọng. Khoảng trời quê hương: thơ. Hà Nội,
Quân đội Nhân Dân, 1979.

MLCS83/5501 (P)
83-136183

57 p.

W

1760
Watson, Richard *and* Saundra, *and* Cubuat. Nóh
Pacõh-Yoan-Anh. Ngữ-vựng Pacoh-Việt-Anh.
Pacoh-Vietnamese-English. Huntington Beach,

CA, Summer Institute of Linguistics, 1979.

PL4351.P33W3 Orien Viet
79-984325

447 p. (Tủ sách Ngôn-ngữ dân-tộc thiểu-số Việt-
Nam; cuốn 25, phần 1)

X

1761
Xa thành phố: truyện ký. Hà Nội, Phụ Nữ, 1977.
PL4378.8.X3 Orien Viet
80-984097

127 p.

1762
Xây dựng văn hóa mới ở nông thôn. Hà Nội, Sự Thật, 1980.
HN700.5.A8X39 1980 Orien Viet
83-141951

127 p.

1763
Xing Nhã; Đăm Di: hai bản trường ca Êđê và Giarai; sưu tầm và dịch, Y Điêng and others; biên soạn, chú thích, Y-Diêng. Hà Nội, Văn Hóa Dân Tộc, 1978.
PL4490Z95X5 1978 Orien Viet
80-984064

169 p.

1764
Xô-Viết Nghệ Tĩnh. Hà Nội, Sự Thật, 1981.
DS559.92.N47X62 1981 Orien Viet
85-116898

110 p.

1765
Xống chụ xon xao: phiên âm tiếng Thái. In lần thứ 2. [s.l.] Văn Hóa Dân Tộc, 1978.
83-178319

78 p.

1766
Xử án vụ máy bay gián điệp biệt kích C.47 của Mỹ-Diệm. [Hà Nội] Quân Đội Nhân Dân 1961.
83-138465

238 p. illus., plates.

1767
Xu Văn Thon *and* Bu Pha Nu Vông. Tiểu đoàn Hai Pa-thét Lào; Hùng Phi dịch. Hà Nội, Quân Đội Nhân Dân, 1984.
PL4251.L39X838 1984 Orien Viet
85-196033

255 p.

1768
Xuân Cang. Đôi cánh: truyện anh hùng lao động Nguyễn văn Tý. [Hà Nội] Lao Động [1967]
PL4378.9.X76D6 Orien Viet
83-186580

156 p. illus., plates.

1769
Xuân Diệu. Các nhà thơ cổ điển Việt Nam: tiểu luận, 1950–1980. v. 2+ Hà Nội, Văn Học, 1982+
PL4378.2.X8 1982 Orien Viet
83-146026

(Tủ sách văn học hiện đại Việt Nam)
Errata slip inserted.

1770
Xuân Diệu. Gửi hương cho gió. [Saigon] Hoa Tiên, [1968]
PL4378.X77G8 Orien Viet
80-984148

77 p.

1771
Xuân Diệu. Lương thông tin và những kỹ sư tâm hồn ấy: tiểu luận, phê bình. [Hà Nội] Tác phẩm mới, 1978.
PL4378.05.X78 1978 Orien Viet
83-106263

411 p.

1772
Xuân Diệu. Thánh ca: thơ, 1967–1980. [Hà Nội] Tác Phẩm Mới, Hội Nhà Văn Việt Nam, 1982.
PL4378.9.X77T48 1982 Orien Viet
83-182356

110 p.

1773
Xuân Diệu. Thơ thơ. [Saigon] Hoa Tiên [1968]
PL4378.9.X77T49 Orien Viet
80-984149

77 p.

1774
Xuân Diệu. Trường ca. [Saigon] Hoa Tiên [1968]
PL4378.9.X77T7 Orien Viet
80-984150

116 p.

1775
Xuân Diệu *and others.* Đọc Nhật ký trong tù. [Hà Nội] Tác Phẩm Mới, 1977.
DS560.72.H6D62 Orien Viet
79-984299

233 p. illus., plates.
Errata slip inserted.
Includes bibliographical references.

1776
Xuân Diệu *and others*. Ta lại là ta: tập văn chào mừng thành công tốt đẹp của Quốc hội chung cả nước khóa thứ 6, kỳ họp thứ 1. [Hà Nội] Thanh Niên, 1977.

PL4378.8.T29 Orien Viet
82-104362

101 p.

1777
Xuân Du. Hoàng hôn đỏ: tập truyện. Hà Nội, Lao Động. 1983.

PL4378.9.X773H6 1983 Orien Viet
84-247429

182 p.

1778
Xuân Đức. Cửa gió: tiểu thuyết. v. [1]+ [s.l.] Thanh Niên [1978]+

PL4378.9.X774C8 1978 Orien Viet
84-195263

1779
Xuân Lan. Dòng họ Ô-Tô-Mát; bìa và minh họa, Bùi Đức Liễn vẽ theo tài liệu khoa học. Hà Nội, Kim Đồng, 1982.

83-183908

128 p. illus.

1780
Xuân Miễn, Duy Khán *and* Phạm Ngọc Cảnh. Một tiếng Xa-Ma-Khi: thơ. Thành Phố Hồ Chí Minh, Văn Nghệ, 1981.

PL4378.9.X785M6 1981 Orien Viet
83-116018

90 p.

1781
Xuân Nguyên. Hoa đào tháng chín. Hà Nội, Phụ Nữ, 1976.

PL4378.9.X7853H6 Orien Viet
80-984134

143 p.

1782
Xuân Sách. Đội du kích thiếu niên Đình Bảng; bìa và minh họa của Huy Toàn. In lần thứ 3. Hà Nội, Kim Đồng, 1975.

PZ90.V5X8 1975 Orien Viet
79-984112

250 p. illus.

1783
Xuân Sách. Làng rừng Cà Mâu; bìa và minh họa của Hà Quang Phương và Trần Văn Phú. Hà Nội, Kim

Đồng, 1981.

MLCS83/2715 (P) Orien Viet
83-115577

128 p. illus.

1784
Xuân Sách. Nơi đi và nơi đến: tập thơ. Hà Nội, Văn Học, 1978.

PL4378.9.X786N64 Orien Viet
80-984104

55 p.

1785
Xuân Thiều. Khúc hát mở đầu; bìa và minh họa của Triệu Khắc Lê. Hà Nội, Kim Đồng, 1980.

PZ90.V5X83 1980 Orien Viet
83-115996

152 p. illus.

1786
Xuân Thủy. Đường xuân: thơ. [s.l.] Tác phẩm mới, Hội Nhà Văn Việt Nam, 1979.

MLCS83/5507 (P)
83-111737

95 p.

1787
Xuân trên đất lửa: gương thanh niên Quảng-bình, Vĩnh-linh vừa chiến đấu vừa sản xuất. [s.l.] Thanh Niên, 1965.

MLCS83/5891 (P)
83-115010

133 p.

1788
Xuân Trình. Thời tiết ngày mai: tiểu thuyết. (s.l.) Phụ Nữ, 1983.

PL4378.9.X7945T5 1983 Orien Viet
85-198876

186 p.

1789
Xuân Trình. Xóm vắng [của] Xuân Trình. Gió cuốn [của] Nguyễn Đình Quý. Hoa và cỏ dại [của] Doãn Hoàng Giang. Hà Nội, Văn Hóa, 1977.

PL4378.7.X8 Orien Viet
80-984299

425 p.

1790
Xuân Vũ. Đường đi không đến: hồi ký vượt Trường-Sơn. Fort Smith, AR, Sông Mới [1979?]

PL4378.9.X83D8 Orien Viet
81-172983

462 p.
Reprint. Originally published: Saigon, Sông Mới, 1973.

Y

Y Dat;
  see I, Ta

1791
Y Điêng *and* Hoàng Thao. Truyện cổ Ê-đê. Hà Nội, Văn Hóa Dân Tộc, 1978.
GR313.5.R53T78 Orien Viet
80-984374
253 p.

1792
Y Điêng *and others*. Xing nhã, Đăm di. In lần thứ 1. Hà Nội, Văn Hóa Dân Tộc, 1978.
PL4490.Z95X5 1978 Orien Viet
80-984064
169 p.

1793
Ý Nhi. Đến với dòng sông: thơ. In lần thứ 1. [s.l.] Tác Phẩm Mới, 1978.
MLCS83/5344 (P)
83-113713
94 p.

1794
Yên Anh. Như cơn mộng du. Bruxelles; Boston, Thanh Long, Văn Tiến, 1982.
PL4378.9.Y38N45 1982 Orien Viet
83-139556
180 p. illus.

1795
Yên Lan. Giữa hai chớp lửa: thơ. Hà-Nội, Văn Học, 1978.
PL4378.9.Y4G5 Orien Viet
80-984118
86 p.
Includes errata slip.

SERIALS

1796
Ánh đạo vàng. số 1+ tháng 1, 1976+ Washington, D.C., Hội Phật Tử Việt Mỹ. illus. monthly.
    LC has no. 19, July 1977.

1797
Bản tin Hoa Thịnh Đốn. tuần lễ 1+ 1 tháng 3, 1977+ Washington, D.C., Chử Bá Anh. illus. weekly.
    LC has 1984 (scattered issues).

1798
Bạn Việt. số 1+ [1976]+ Toronto, Canada, Hội Ái Hữu Việt Kiều Toronto. illus. monthly.
    LC has a sample issue for 1978.

1799
Bản xứ. Arlington, VA, illus. irregularly.
    LC has nos. 3, 4.

1800
Bút lửa. số 1+ [tháng 4, 1977]+ San Diego, CA, Hoàng Kỳ. illus. monthly.
    LC has 1977–78.

1801
Chân trời mới. số 1+ [1979]+ Montreal, Canada, Lan Khê. illus. irregularly.
    LC has a sample issue for 1979.

1802
Chiến hữu. số 1+ [1982]+ Paris, France, Phạm Hữu. illus. monthly.
    LC has 1983–84 (scattered issues)

1803
Chuông Việt. Covington, KY, Nguyễn Văn Cương. illus. biannually.
    LC has nos. 183–186.

1804
Cờ lau. số 1+ tháng 6, 1983+ Houston, TX, Nguyễn Lương Sơn. illus. monthly.
    LC has a sample issue for 1983.

1805
Cờ vàng. [Virginia] Lực Lượng Quân Nhân Việt Nam Hải Ngoại. illus. irregularly.
    LC has 1980 (scattered issues).

1806
Công dân mới. số 1+ tháng 1, 1978+ Portland, OR, Vietnam Home. illus. monthly.
    LC has a sample issue for 1978.

1807
Cộng đồng người Việt tại Orange County; bản tin. số 1+ [1979]+ Westminster, CA, Vietnamese Service Center. illus. monthly.
    LC has 1981.

1808
Cộng đồng Việt Nam; bản tin. số 1+ tháng 7, 1978+ New York, NY, Lê Thanh Hoàng Dân. illus. bi-weekly.
    LC has 1978.

1809
Dân chúa. số 1+ tháng 2, 1977+ New Orleans, LA, Rev. Việt Châu. illus. monthly.
    LC has 1977+

1810
Dân quyền. số 1+ [1981]+ Montreal, Canada, Khối Báo Chí Cơ sở Dân Quyền. illus. monthly.
    LC has 1982+

1811
Dân tộc. số 1+ tháng 5, 1981+ San Jose, CA, Hoàng Lê Cung (Hà Túc Đạo). illus. weekly.
    LC has 1982+

1812
Dân tộc. số 1+ [1975]+ Zurich, Switzerland, Nguyễn Trí Nam. irregularly.
    LC has a sample issue for 1977.

1813
Diên hồng. bộ mới, số 1+ tháng 9, 1982+ Alexandria, VA, Phong Trào Quốc Gia Yểm Trợ Kháng Chiến. illus. monthly.
    LC has 1982.

1814
Dòng lửa việt. số đặc biệt+ tháng 4, 1976+ Portland, OR, Việt Đoàn Thống Nhất. illus. irregularly.
    LC has a special issue for April 1976.

1815
Đặc san Berkeley. số đặc biệt+ mùa xuân 1982+ Berkeley, CA, Hội Sinh Viên Việt Nam tại illus.
LC has a special issue for spring 1982.

1816
Đất nước. số đặc biệt+ Xuân Mậu Ngọ 1978+ Toulouse, France, Hội Sinh Viên Việt Nam. illus.
LC has a special issue for 1978.

1817
Đất Việt. số 1+ tháng 6, 1980+ St. Gallen, Switzerland, Trần Như Biên. illus. monthly.
French or German or Vietnamese.
LC has 1980–84.

1818
Định cư. Resettlement. Bộ mới, số 1+ tháng 5, 1979+ San Francisco, CA, Center for Southeast Asian Refugee Resettlement. illus. monthly.
English or Vietnamese.
LC has 1978–83 (scattered issues).

1819
Độc lập. số 1+ [tháng 6, 1977]+ Filderstadt, West Germany, Liên Đoàn Tự Do Việt illus. monthly.
LC has 1978, 1982–84 (scattered issues).

1820
Đời. số 1+ tháng 7, 1982+ Irvine, CA, Nguyên Sa. illus. monthly.
LC has 1982–84.

1821
Đời mới. Minnesota New Life. số 1+ 1977+ St. Paul, MN, Governor's Resettlement Office. illus. monthly.
English or Cambodian or Lao or Vietnamese.
LC has 1977.

1822
Đuốc thiêng. số 1+ tháng 10, 1982+ Garden Grove, CA, Lê Thiết Trụ. illus. monthly.
LC has a sample issue for no. 2, 1982.

1823
Đuốc tuệ. số 1+ tháng 5, 1976+ Mountain View, CA, Thích Thành Cát. illus. irregularly.
LC has 1976.

1824
Đuốc từ Bi. Bộ mới. số 1+ tháng 3, 1981+ Santa Fe Springs, CO, Văn Phòng Phật Giáo Hòa Hảo Hải Ngoại. illus. bimonthly.

English or Vietnamese.
LC has 1981–84 (scattered issues).

1825
Hành trang. số + tháng 10, 1982+ Costa Mesa, CA, Nguyễn Trường Thức. illus. bimonthly.
LC has a sample issue for 1984.

1826
Hành trình. số 1+ tháng 8, 1978+ Washington, D.C. Cao Thế Dung. illus. bimonthly.
LC has 1978–79 (scattered issues).

1827
Hiện diện. số 1+ tháng 10, 1977+ Paris, France, Trần Ngọc Anh. illus. biweekly.
French or Vietnamese.
LC has a sample issue for 1977.

1828
Hoài hương. số 1+ 1977+ Kansas City, MO, Quốc Nam. illus. bimonthly.
Superseded by Đông Phương in 1979.
LC has sample issues for 1977.

1829
Hội Người Việt Cao Niên Vùng Hoa Thịnh Đốn; bản Tin. số 1+ tháng 1, 1985+ Annandale, VA, Vietnamese Senior Citizens Association. illus. monthly.
LC has 1985+

1830
Hội Người Việt Cao Niên Vùng Hoa Thịnh Đốn; tập Ký yếu. số 1+ tháng 8, 1979+ Annandale, VA, Vietnamese Senior Citizens Association. illus. biannually.
LC has 1980+

1831
Hội thân hữu Việt Mỹ tại Virginia; Bản Tin; Newsletter. Richmond, VA, Trần Ngọc Dung. illus. irregularly.
English or Vietnamese.
LC has a sample issue for 1978.

1832
Hôm nay. số 1+ tháng 2, 1976+ Freiburg, West Germany. Nguyễn Thế Hiển. illus. irregularly.
LC has 1976–78.

1833
Hồn Việt. số 1+ tháng 11, 1975+ San Diego, CA, Nguyễn Hoàng Đoan. illus. biweekly.
LC has 1976–78 (scattered issues).

1834
Hồn Việt Nam. số 1+ tháng 10, 1977+ Paris, France, Minh Đức Hoài Trinh. illus. biweekly.
   LC has 1977–78.

1835
Hướng đạo Việt Nam hải ngoại; bản tin. số 1+ tháng 4, 1977+ Portland, OR. illus. monthly.
   LC has 1977–78 (scattered issues).

1836
Hương Việt. số 1+ tháng 1, 1976+ Philadelphia, PA, Vietnamese Christian Community. illus. monthly.
   LC has 1976–78 (scattered issues).

1837
Hy vọng; bản Tin. số 1+ [1978]+ Harrisburg, PA, Cộng Đồng Công Giáo Việt Nam Giáo Phận Harrisburg. illus. monthly.
   LC has 1980–84.

1838
Indochinese Community Center; newsletter. Washington, D.C. illus. irregularly.
   English, Cambodian, Lao, or Vietnamese.
   LC has 1980–81 (scattered issues).

1839
Khuông Việt. số 1+ tháng 1, 1976+ Tokyo, Japan, Chi Bộ Phật Giáo Việt Nam Tại Nhật. illus. irregularly.
   LC has 1976–84 (scattered issues).

1840
Kinh doanh. số 1+ tháng 3, 1984+ San Jose, CA, Nhóm Kinh Doanh. illus. biweekly.
   LC has 1984.

1841
Lá thư Mỹ Việt. American Vietnamese Newsletter. số 1+ tháng 2, 1976+ New York, NY, American Vietnamese Society. monthly.
   LC has 1976.

1842
Lạc Hồng. số 1+ [1976]+ Darmstadt, West Germany, Liên Đoàn Sinh Viên Việt Nam Tự Do. illus. bimonthly.
   LC has 1976–77 (scattered issues).

1843
Lạc Việt. Port Arthur, TX, Cộng Đồng Phục Sinh; Resurrection Community. irregularly.
   LC has 1977 (scattered issues).

1844
Làng văn. số 1+ Trung Thu 1984+ Toronto, Canada, Nguyễn Hương. illus. monthly.
   LC has sample issues for 1984.

1845
Lao Việt Khmer. no. 1+ Mar. 15, 1981+ Austin, TX, Caritas of Austin. illus. irregularly.
   English, Vietnamese, Lao, or Cambodian.
   LC has 1981–84.

1846
Lên đường. số 1+ [1981]+ Irvine, CA, Vietnamese Students Association at UCI. illus. quarterly.
   LC has 1982 (scattered issues).

1847
Liên đòan. số 1+ tháng 4, 1981+ Mountain View, CA, Liên Đoàn Công Giáo Việt Nam Tại Hoa Kỳ. illus. irregularly.
   LC has 1981.

1848
Liên hoa. số 1+ tháng Giêng, 1976+ Brossard P.Q., Canada, Trịnh Minh Cầu. illus. quarterly.
   English or Vietnamese.
   LC has 1980–84 (scattered issues).

1849
Liên lạc. Mountain View, CA, Rev. Nguyễn Văn Tịnh. illus. monthly.
   Superseded by Liên lạc mới,
   LC has 1981–84 (scattered issues).

1850
Liên lạc mới. Mountain View, CA, Rev. Nguyễn Văn Tịnh. illus. monthly.
   Supersedes Liên lạc.
   LC has 1983–84.

1851
Long hoa. bộ mới, số 1+ 1977+ Los Angeles, CA, Thích Thiện Ân. illus. monthly.
   LC has 1977.

1852
Lửa Việt. số 1+ tháng 2, 1980+ Toronto, Canada, Bùi Bảo Sơn. illus. monthly.
   LC has 1981–84 (scattered issues).

1853
Lửa Việt. số 1+ tháng 10, 1975+ Washington, D.C. National Center for Vietnamese Resettlement. illus. monthly.
   LC has 1975–76 (scattered issues).

1854

Mặt Trận Quốc Gia Thống Nhất Giải Phóng Việt Nam; bản tin đặc biệt. Redwood City, CA, Tổng Vụ Hải Ngoại. illus. irregularly.
English, Vietnamese, or Japanese.
LC has 1982–83 (scattered issues).

1855

Mặt Trận Quốc Gia Thống Nhất Giải Phóng Việt Nam; Đặc San Đại Hội Chính Nghĩa. Tháng 4, 1983+ Washington, D.C. Phong Trào Quốc Gia Yểm Trợ Kháng Chiến. illus. special issue.
LC has April 1983, special issue.

1856

Mặt Trận Quốc Gia Thống Nhất Giải Phóng Việt Nam; Tập Điểm Báo. San Francisco, CA, Vụ Văn Hóa và Thông Tin. illus. irregularly.
English, Vietnamese, French, German, or Italian.
LC has 1984.

1857

Mê Linh. số 1+ [1976]+ Fullerton, CA, Học Sinh Trưng Vương. illus. semiannually.
LC has 1976–77.

1858

Mê Linh. số 1+ tháng 1, 1982+ San Jose, CA, Hội Phụ Nữ Việt Nam. illus. quarterly.
LC has a sample issue for 1983.

1859

The New Horizon; multilingual newsletter. no. 1+ [1980]+ Oakland, CA, Indochinese Ecumenical Community Center of the First United Methodist Church. illus. irregularly.
English, Vietnamese, Lao, or Cambodian.
LC has a sample issue for 1980.

1860

Ngày nay. số 1+ [tháng 4, 1981]+ Wichita, KS, Lê Hồng Long. illus. monthly.
English or Vietnamese.
LC has 1983–84 (scattered issues).

1861

Người Việt tự do. số 1+ [1976]+ Chatswood, Australia, Đào Phu Hồ. illus. irregular.
LC has a sample issue for 1978.

1862

Nguồn Việt. số 1+ tháng 4, 1983+ Glendale, CA, Đặng Trần Lê & Nguyễn Đỗ. illus. monthly.
LC has 1983.

1863

Nhân chứng. số 1+ [1980?]+ Garden Grove, CA, Du Tử Lê. illus. monthly.
LC has 1981–82 (scattered issues).

1864

Nhân chứng. số 1+ tháng 11, 1979+ Singapore, Vietnamese Refugee Camp. illus. irregularly.
English or Vietnamese.
LC has a sample issue for 1979.

1865

Nhân văn. số 1+ [1982]+ San Jose, CA, Thượng Văn. illus. monthly.
LC has 1982–83, nos. 1–14.

1866

Nhịp cầu. số 1+ 1983+ Bonn, West Germany, Trung Tâm Văn Hóa VN. illus. bimonthly.
German or Vietnamese.
LC has 1983.

1867

Nối vòng tay. số 1+ [1980]+ Berkeley, CA, Hội Sinh Viên Việt Nam tại U.C. Berkeley. iilus. irregularly.
LC has 1980–81 (scattered issues).

1868

Phật giáo Việt Nam. số 1+ tháng 5, 1978+ Los Angeles, CA, Thích Mẫn Giác. illus. monthly.
LC has 1982–84 (scattered issues).

1869

Phục quốc. số 1+ 1976+ Santa Ana, CA, Trọng Minh Vũ Trọng Chất. illus. monthly.
LC has 1976–77.

1870

Quật khởi. số 1+ tháng 3, 1976+ [California] Bảo Văn Ly. illus. irregularly.
LC has 1976.

1871

Quật khởi. Salem, OR [s.n.] illus. monthly.
LC has 1978 (scattered issues).

1872

Quật khởi. số 1+ [1976]+ Torino, Italy, Nhóm Sinh Viên Việt Nam Quốc Gia. illus. irregularly.
LC has 1976.

1873

Quê mẹ; Motherland. Bankstown, Australia, Trần Ngọc Thạch. illus. monthly.

English or Vietnamese.
LC has a sample issue for 1981.

1874
Quê mẹ. số 1+ tháng 6, 1976+ Gennevilliers, France, Võ Văn Ái. illus. monthly.
French or Vietnamese.
LC has 1976+.

1875
Sống đức tin. số 1+ tháng 1, 1985+ Falls Church, VA, Blessed Vietnamese Martyrs Church. illus. monthly.
LC has a sample issue for 1985.

1876
Sự thật. số 1+ [1976]+ Stuggart, West Germany, Hội Công Giáo Việt Nam Tại Đức. illus. monthly.
German or Vietmanese.
LC has a sample issue for 1978.

1877
Tập san giáng sinh. số 1+ 1984+ Austin, TX, Đoàn Thanh Sinh Công. illus. annually.
LC has a sample issue for 1984.

1878
Tập san văn hóa Việt Nam. Vietnam culture journal. số 1+ tháng 12, 1982. New York, NY, Nguyễn Quỳnh and (Mrs.) Nguyễn Ngọc Bích. illus. 2 no. a year.
English, French, German, or Vietnamese.
LC has 1982–84.

1879
Thân hữu; Friendship; bản tin; newsletter. Springfield, MO, Người Việt. illus. irregularly.
LC has a sample issue for 1976.

1880
Thân hữu; Friendship: newsletter. Richmond, VA, Hội Thân hữu Việt Mỹ. illus. irregularly.
English or Vietnamese.
LC has 1977 (scattered issues).

1881
Thời tập. số 1+ tháng 4, 1979. Fairfax, VA, Viên Linh. illus. quarterly.
LC has 1979 (scattered issues).

1882
Thông báo. số 1+ [1976]+ Wichita, KS, Charitas. illus. monthly.
LC has a sample issue for 1976.

1883
Thông tin. số 1+ tháng 6, 1977+ Lyon, France, Người Việt Tự Do Tại Lyon. illus. irregularly.
LC has 1977–79.

1884
Thụ nhân Hoa Thịnh Đốn. số 1+ Mùa Xuân 1982+ [Arlington, VA] Hội Ái Hữu Đại Học Đàlạt. illus.
LC has a special issue for 1982.

1885
Thức tỉnh. Los Angeles, CA, Vị Nhân. illus. monthly.
LC has 1978, 1982–84 (scattered issues).

1886
Tị nạn. số 1+ [1980?]+ Westminster, CA, Trần Quân. illus. monthly.
LC has a sample issue for 1980.

1887
Tiếng nói người Việt Nam tự do. số 1+ tháng 4, 1976+ Paris, France, Lực Lượng Việt Nam Tự Do. illus. irregularly.
French or Vietnamese.
LC has 1976, 1978 (scattered issues).

1888
Tiếng sông Hương. Đặc San [tháng 11, 1983]+ Washington, D.C. [Lê Chí Thảo] illus.
LC has a special issue for November 1983.

1889
Tin mừng. số 1+ tháng 9, 1980+ Falls Church, VA, Bùi Hữu Thư. illus. irregularly.
English or Vietnamese.
LC has a special issue for 1983.

1890
Tin tức đoàn tụ gia đình: bản tin. số 1+ [1977]+ Portland, OR, Hướng Đạo Việt Nam Hải Ngoại. irregularly.
LC has a sample issue for 1977.

1891
Tin tức văn hóa & giáo dục. Educational & Cultural News. số 1+ tháng 11–12, 1980+ Washington, D.C., Sáng Hội Việt Nam. illus. bimonthly.
English or Vietnamese.
LC has a sample issue for Nov./Dec. 1980.

1892
Tin Việt Nam. số 1+ tháng 3, 1981+ Peking, China. illus. monthly.
LC has 1981–84.

1893

Tin yêu. số 1+ [tháng 2, 1976]+ Washington, D.C., Nguyễn Văn Nguyên. illus. monthly.
　　LC has 1976 (scattered issues).

1894

Trái tim đức mẹ. số 1+ tháng 12, 1977+ Carthage, MO, B.M. Thái Hòa. illus. monthly.
　　LC has 1979–84 (scattered issues).

1895

Trắng đen. bộ mới hải ngoại, số 1+ tháng 3, 1976+ Glendale, CA, Việt Định Phương. illus. biweekly.
　　LC has 1976–83 (scattered issues).

1896

Trời mới. số 1+ tháng 8, 1984+ Silver Spring, MD, Nguyễn Thanh Long. illus. monthly.
　　LC has a sample issue for 1984.

1897

Từ ân. bộ mới, số 1+ tháng 2, 1983+ Ottawa, Ontario, Canada, Hội Phật Giáo Việt Nam Gia Nã Đại. illus. irregularly.
　　LC has 1983.

1898

Tự do. số 1+ tháng 4, 1984+ Liège, Belgium, Đặng Vũ Chính. illus. biweekly.
　　French or Vietnamese.
　　LC has 1984 (scattered issues).

1899

Tự do dân bản. số 1+ tháng 8, 1984+ Garden Grove, CA, Nguyễn Ngọc Huy. illus. monthly.
　　LC has 1981–84.

1900

Từ quang. số 1+ 1976+ San Francisco, CA, Thích Tịnh Từ. illus. irregularly.
　　LC has 1976–77 (scattered issues).

1901

Tuổi ngọc. số 1+ tháng 4, 1981+ Los Alamitos, CA, Hồ Văn Xuân Nhị. illus. irregularly.
　　LC has a sample issue for 1981.

1902

Tuổi vàng. số 1+ tháng 4, 1982+ Vienna, VA, Phúc-An Bích-Lưu. illus. monthly.
　　English or Vietnamese.
　　LC has 1982+

1903

Văn. số 1+ tháng 7, 1982+ Culver City, CA, Mai Thảo. illus. monthly.
　　LC has a sample issue for 1982.

1904

Vạn hạnh nguyệt san. số 1+ tháng 5, 1978+ San Diego, CA, Thích Trí Chơn. illus. monthly.
　　English or Vietnamese.
　　LC has 1978 (scattered issues).

1905

Vận hội mới. New Tide. số 1+ tháng 10, 1982+ San Mateo, CA, Vector. illus. bimonthly.
　　English or Vietnamese.
　　LC has 1983–84 (scattered issues).

1906

Văn nghệ tiền phong. số 1+ tháng 1, 1976+ Arlington, VA, Nguyễn Thanh Hoàng. illus. biweekly.
　　LC has 1976, 1981+

1907

Văn tiến. số 1+ [1980]+ Bruxelles, Belgium, Huỳnh Chiêu Dương. illus. monthly.
　　LC has 1982–83 (scattered issues).

1908

Việt chiến. số 1+ tháng 4, 1981+ Arlington, VA, Giang Hữu Tuyên & Ngô Vương Toại. illus. monthly.
　　LC has 1981–82.

1909

Việt nam hải ngoại. số 1+ tháng 6, 1977+ San Diego, CA, Đinh Thạch Bích. illus. biweekly.
　　LC has 1977–79, 1981–84 (scattered issues).

1910

Việt Nam tự do tạp chí. số 1+ tháng 6, 1984+ Santa Ana, CA, Duy Sinh Nguyễn Đức Phúc Khôi. illus. monthly.
　　LC has a sample issue for 1984.

1911

Xác định. số 1+ tháng 4/6, 1984+ Arlington, VA, Nguyễn Đình Thắng. illus. quarterly.
　　LC has 1983–84.

NEWSPAPERS

1912
Chân trời mới. số 1+ tháng 5, 1975+ Guam, Phạm
  Kim Khánh. illus. daily.
    English or Vietnamese.
    LC has a sample issue for May 1975.

1913
Chí linh. bộ mới, số 1+ [1983]+ Garden Grove, CA,
  Trọng Viên. illus. weekly.
    With supplement: Kịch ảnh.
    LC has a sample issue for May 16, 1985.

1914
Chính luận. số 1+ tháng 5, 1985+ Garden Gove, CA,
  Bùi Xuân Hiền. illus. weekly.
    LC has a sample issue for May 17, 1985.

1915
Dân chúng. số 1+ 1981+ Irvine, CA, Nguyên Sa.
  illus. weekly.
    LC has a sample issue for May 11, 1985.

1916
Diễn đàn người Việt. Viet Forum. số 1+ tháng 3,
  1984+ Westminster, CA, Đỗ Ngọc Yến. illus.
  weekly.
    English or Vietnamese.
    LC has 1984+

1917
Diễn đàn tự do. số 1+ tháng 11, 1984+ Fairfax, VA,
  Ngô Vương Toại. illus. biweekly.
    LC has 1984+

1918
Đài phát thanh kháng chiến. số 1+ tháng 12, 1984+
  Toronto, Canada, Uỷ Ban Yểm Trợ Đài Phát
  Thanh Kháng Chiến Việt Nam. illus. monthly.
    LC has a sample issue for 1984.

1919
Đất mới. số 1+ tháng 7, 1975+ Seattle, WA, Nguyễn
  Văn Giang. illus. biweekly.
    LC has 1976+

1920
Đồng nai. số 1+ tháng 6, 1983+ Westminster, CA,
  Tường Uyên. illus. weekly.
    LC has 1983+

1921
Đông phương. số 1+ [tháng 6, 1979]+ Seattle, WA,
  Quốc Nam. illus. monthly.
    Supersedes Hoài hương.

1922
Hoa thịnh đốn Việt báo. số 1+ tháng 10, 1982+
  Arlingon, VA, Giang Hữu Tuyên. illus. weekly.
    LC has 1982+

1923
Kháng chiến. số 1+ tháng 4, 1982+ Oakland, CA,
  Mặt Trận Quốc Gia Thống Nhất Giải Phóng Việt
  Nam. illus. monthly.
    LC has 1982+

1924
Người Việt. số 1+ tháng 4, 1980+ Santa Ana, CA,
  Đỗ Ngọc Yến. illus. daily.
    LC has 1983+

1925
Vạn thắng. số 1+ tháng 9, 1984+ Alexandria, VA,
  Trần Chính Trung.
    LC has 1984–85.
    Suspended.

1926
Việt Nam thời báo; Vietnam times. số 1+ tháng
  1, 1985+ Germantown, MD, Vĩnh Liêm. illus.
  monthly.
    In Vietnamese and English.
    LC has 1985.
    Suspended.

1927
Việt Nam tự do; tuần báo. số 1+ tháng 9, 1981+
  Santa Ana, CA, Duy Sinh Nguyễn Đức Phúc Khôi.
  illus. weekly.
    LC has 1981–85.

INDEXES

Subject Index—Monographs

Title Index—Monographs

160

Corporate and Joint Authors—Monographs

American Vietnamese Society, 1841
Amigo, Cesar, 754
Ảh I-Si-Ca-Oa Bun Dô, 533

Bá Dũng, 1519
Ba Nam, 1247
Bạch Điệp, 31
Ban Nghiên Cứu Lịch Sử Công Đoàn Việt Nam, 717
Ban Nghiên Cứu Lịch Sử Đảng Tỉnh Ủy Nghệ Tĩnh, 1113
Ban Nghiên Cứu Lịch Sử Đảng Trung Ương, 795
Ban Thư Ký Ngành Sử Các Trường Đại Học, 1123
Bảo Vân, 941
Bê Kiến Quốc, 747
Blessed Vietnamese Martyrs Church, 1875
Bộ Đại Học và Trung Học Chuyên Nghiệp, 1189
Bộ Nội Thương, 562
Bộ Quốc-gia Giáo-dục, 350, 1043, 1161, 1162, 1163, 1164, 1264
Bộ Quốc Gia Giáo Dục. Nha Văn Khô và Thư Viện Quốc Gia, 928
Bộ Tổng-Tham-Mưu, Phòng 2, 110
Boileau, Pierre, 423
Bu Pha Nu Vông, 1767
Bùi Anh Tuấn, 849, 850, 851, 852, 853, 854
Bùi Duy Tân, 273, 953
Bùi Đàn, 748
Bùi Hữu Sủng, 250
Bùi Nghĩa Bỉnh, 920
Bùi Ngọc Trác, 584
Bùi Thiện, 411
Bùi Văn Nguyên, 1167
Bùi Viết Nghi, 1044
Bửu Cầm, 1507

C. Hùng, 548
Ca Văn Thỉnh, 896
Cẩm Giang, 654
Cao Huy Giu, 219, 823, 824
Cao Phong, 1311
Cao Văn Lương, 1600
Cao Xuân Huy, 828, 829
Center for Applied Linguistics. Language and Orientation Resource Center, 1243
Center for Southeast Asian Refugee Resettlement, 1818
Chase, James Hadley, 427
Chi Bộ Phật Giáo Việt Nam Tại Nhật, 1839
Chi Xuân, 1043
Chiêm Tê, 1189
Chu Xuân Anh, 1004
Cổ Tân Long Châu, 768
Committee for Social Sciences of the Socialist Republic of Vietnam, 940
Cộng Đồng Công Giáo Việt Nam Giáo Phận Harrisburg, 1837
Cộng Đồng Phục Sinh, 1843
Cubuat, 1760

Diệu Không, Thích Nữ, 582, 1512
Doãn Hoàng Giang, 1789
Doãn Thanh, 1548
Donaldson, Jean, 270
Dung Sàigòn, 1686
Dương Đình Bá. Bức tường không xây. 1979, 32
Dương Hàm Châu, 502

Dương Kinh Quốc, 832
Dương Nghiễm Mậu, 207
Dương Phục, 1101
Dương Tấn Bé, 286
Dương Tường, 1249
Dương Xuân Hảo, 400
Duy Khán, 1780
Duy Ma Cật, 1513
Duy Thanh, 207
Đại Học Sư Phạm I Hà Nội. Khoa Ngữ Văn, 737
Đại Học và Trung Học Chuyên Nghiệp, 325, 1041, 1123
Đàm Duy Tạo, 679
Đặng Anh Đào, 1302
Đảng Cộng Sản Việt Nam. Ban Chấp Hành Trung Ương, 799
Đảng Cộng Sản Việt Nam. Ban Nghiên Cứu Lịch Sử Đảng, 1118, 1119
Đảng Cộng Sản Việt Nam. Đại Hội (4th: 1976: Hanoi, Vietnam), 83, 255, 307
Đặng Đình Sưa, 473
Đặng Đình Thương, 1041
Đặng Đức Siêu, 1535
Đặng Đức Sinh, 804
Đặng Kim Châu, 879
Đảng Lao Động Việt-Nam. Ban Nghiên Cứu Lịch Sử Đảng. Thành Ủy Hà nội, 160
Đặng Thái Mai, 940
Đặng Trương, 556
Đặng Văn Ký, 1473
Đào Cảng, 495
Đào Duy Anh, 823, 824, 924
Đào Duy Từ, 1438
Đào Đăng Vỹ, 250
Đào Nguyên, 858
Đào Phương Bình, 1201
Đinh Kim Cương, 1578
Đinh Thái Hương, 325, 737
Đinh Thụ, 917, 918
Đinh Văn Thành, 1549
Đinh Xuân Lâm, 237
Đỗ Dương Thái, 1511
Đỗ Hữu Châu, 957
Đỗ Ngọc Toại, 1035, 1201
Đỗ Thị Khuê, 1563
Đỗ Thiện, 1549
Đỗ Văn, 1332
Đỗ Văn Nhung, 1189
Đoàn Đình Ca, 95
Đoàn Thanh, 835
Đoàn Thanh Niên Cộng Sản Hồ Chí Minh, 727
Đoàn Thanh Sinh Công, 1877
Đoàn Thị Điểm, 1705–48, 250
Đoàn Trung Còn, 205, 1513
Đoàn Văn Thụ, 1212
Đoàn Yên, 1504
Đức Minh, 547

Fleming, Ian, 422
Friberg, Timothy, 563

Governor's Resettlement Office, 1821
Gritter, Winabelle, 1481